மாண்டவன் கட்டளை

ராஜேஷ்குமார்

RAJESHKUMAR
RK
Publishing

மாண்டவன் கட்டளை (RK094)

ராஜேஷ்குமார்

முதல் பதிப்பு - ஆகஸ்ட் 2025

வெளியீடு: RK பப்ளிஷிங், 23, யமுனா தெரு,
க்யூரியோ கார்டன் அவென்யூ, வடவள்ளி, கோயம்புத்தூர் - 641046.

அட்டை வடிவமைப்பு: நவீன்குமார் மு

நூல் வடிவமைப்பு: மூ. சிவசுந்தரம், இன்லெட்பஃப் சொல்யூஷன்ஸ்

Maandavan Kattalai (RK094)

Rajeshkumar

First Edition - August 2025

Published by: RK Publishing, 23, Yamuna Street,
Curio Garden Avenue, Vadavalli, Coimbatore - 641046.
Mob: 89251 16783
email: rkpublishing41@gmail.com
Web: www.rajeskumarnovels.in

Cover Designed by: Naveenkumar M

Book Designed by: M Sivasundaram, inletPUB Solutions, www.inletpub.com

எழுத்தாளரைப் பற்றி...

ராஜேஷ்குமார், 1947-ம் ஆண்டு மார்ச் 20ம் தேதி கோவை மாநகரில் பிறந்தவர். இவரின் இயற்பெயர் கே.ராஜகோபால். எழுத்துக்காக ராஜேஷ்குமார் என்று தன் பெயரை மாற்றிக் கொண்டார். இவரின் முதல் சிறுகதை "உன்னைவிட மாட்டேன்" 1969ம் வருடம் மாலை முரசு கோவை பதிப்பில் வெளிவந்தது. 1980வது வருடம் இவருடைய முதல் நாவல் "வாடகைக்கு ஓர் உயிர்" மாலைமதி மாத இதழில் வெளிவந்தது. அதே வருடம் கல்கண்டு வார இதழில் "ஏழாவது டெஸ்ட் ட்யூப்" என்ற முதல் தொடர்கதை வெளியானது.

கடந்த 53 ஆண்டுகளில், இதுவரை 1500 மேற்பட்ட நாவல்கள் 2000 மேற்பட்ட சிறுகதைகள் எழுதியுள்ளார். இதைத்தவிர, நூற்றுக்கணக்காண அறிவியல், சமூக, ஆன்மிக மற்றும் வாழ்வியல் கட்டுரைகள் படைத்துள்ளார். அவற்றில் "ஸார் ஒரு சந்தேகம்!", "வாவ்! ஐந்தறிவு", "எஸ் பாஸ்", "சித்தர்களா! பித்தர்களா!!" முக்கியமானவை. "என்னை நான் சந்தித்தேன்" என்ற தலைப்பில் தன் வாழ்க்கையில் நடந்த நிகழ்வுகளை சுவராஸ்யமான நடையில் எழுதியுள்ளார். இது மிகச் சிறந்த சுயமுன்னேற்ற நூலாகவும் பார்க்கப்பட்டு பாராட்டப்படுகிறது.

இவரது சில தேர்ந்தெடுக்கப்பட்ட படைப்புக்கள் பிராந்திய மொழிகளிலும், ஆங்கிலத்திலும் மொழி பெயர்க்கப்பட்டுள்ளன. இவருடைய நாவல்கள் பல, திரைப்படங்களாகவும் தொலைக்காட்சித் தொடர்களாகவும் தயாரிக்கப்பட்டுள்ளன.

தான் எழுதிய குற்ற புதினங்களில், நவீன அறிவியலையும் பல புதுமைகளையும் புகுத்தி தனிமுத்திரை பதித்ததால், வாசகர்களும் பதிப்பாளர்களும் இவரை 'க்ரைம் கதை மன்னர்' என்று அழைக்கிறார்கள். இந்த 2023 வருடத்திலும் பல முன்னணி அச்சிதழ்களிலும் மின்னிதழ்களிலும் இன்னும் எழுதிக் கொண்டிருக்கிறார்.

எழுத்துலகில் இவர் ஆற்றிய சாதனையை இந்தியன் புக் ஆஃப் ரெக்கார்ட்ஸ் 2022ல் அங்கீகரித்துள்ளது. இவர்க்கு தமிழக அரசு, 2010ல் கலைமாமணி விருது வழங்கி சிறப்பு செய்துள்ளது.

எழுத்தாளரைப் பற்றி...

மாண்டவன் கட்டளை

இந்தக் கதை 1989 ஆம் ஆண்டு
தேவி வார இதழில் தொடராக வெளிவந்தது

1

சென்னை – அசோக் நகர் எக்ஸ்டென்ஷன்.

கடல் காற்று உற்சாகமாய் வீசிக்கொண்டிருந்த ஓர் இரவு நேரம். சென்டரல் ஸ்டேஷன் கிளாக் டவர்படி நேரம் பத்து மணி முப்பது நிமிடம்.

'பூர்ணோதயம்' என்று காம்பவுண்ட் கேட்டின் இரண்டு பக்கங்களிலும் தமிழிலும் ஆங்கிலத்திலும் பித்தளை எழுத்துகள் மின்னிய – அந்த பங்களாவின் போர்ட்டிகோவில் இரண்டு லட்ச ருபாய் கொட்டி வாங்கப்பட்ட ஸ்டேண்டர்ட் 2000 கார் நின்று கொண்டிருந்தது. சிம்லா பனி மாதிரி நிறம்.

"மணி...!!!"

போர்டிகோவின் முதற்படியில் நின்றிருந்த சந்திரமவுலி தன் கனமான குரலில் காரின் டிரைவரை கூப்பிட்டார். கூப்பிட்ட சந்திரமவுலிக்கு வயது ஐம்பத்தி ஐந்து இருக்கலாம். தன் உடம்புக் கட்டுப்பாட்டில் பார்க்கிறவர்களை நாற்பது என்று சொல்ல வைத்தார். முகம் மட்டும் சதை வாங்கி உப்பலாய் தெரிந்தது. சதா அலையும் கண்களில் ஒரு கூர்மை ஒளிந்திருந்தது. அவர் அணிந்திருந்த சில்க் சர்ட் காற்றில் உப்பி இன்னும் பருமனாய் அவரை காட்டியது.

"அய்யா..."

டிரைவர் மணி காரை சுற்றிக்கொண்டு ஓடிவந்தான். கெச்சலான உடல்வாகுக்கு பொருத்தமில்லாத காக்கி நிற சட்டையும் பேண்ட்டும் தொளதொளவென்று ஆடியது.

“ராத்திரி நேர ட்ரைவிங், காரை மெதுவா ஓட்டிட்டு போகணும்... தூக்கம் வர்ற மாதிரி இருந்தா ரோட்டோரமா காரை நிறுத்திட்டு தூங்கிடு...”

“சரிங்கய்யா...”

வீட்டின் உள்ளேயிருந்து ஜெயம் தன் எண்பது கிலோ உடம்பைத் தூக்கிக் கொண்டு ‘புஸ் புஸ்’ என்று பெருமூச்சு விட்டுக் கொண்டு வந்தாள். அமோகமாய் ஜரிகை வேய்ந்த ஆரஞ்சு நிற பட்டுப் புடவைக்குள் புதைந்து போயிருந்தாள். 70 எம்.எம் அகல முகம். மூக்கின் வலது பக்கம் ஒரு வைர மூக்குத்தி உட்கார்ந்து குட்டி நட்சத்திரமாய் ஜொலித்துக் கொண்டிருந்தது.

“என்ன ஜெயம், எல்லாத்தையும் எடுத்து வெக்கச் சொன்னியா...?”

“சொல்லிட்டேன்”.

“மேரேஜ் கிஃப்ட்?”

“எடுத்து டிக்கியில வெச்சாச்சு...”

“நகைப்பெட்டி பத்திரம்!”

“*அதை நான் பார்த்துக்கிறேம்பா!*” பின்பக்கம் குரல் கேட்டு திரும்பினார் சந்திரமவுலி.

அவருடைய மூத்த மகன் இளங்கோ கையில் ஒரு சின்ன ப்ரீஃப்கேஸோடு வந்து கொண்டிருந்தான். அப்படியே சந்திரமவுலியின் இளமை அச்சு. தலைமுடி மட்டும் சுருட்டைத்தனம் வாங்கி இருந்தது.

“பத்திரம்பா... பல லட்ச ரூபா நகையிருக்கு...”

“நீங்க கவலைப்படாதீங்கப்பா...” சொல்லிக்கொண்டே காரின் முன்சீட்டுக் கதவை திறந்து கொண்டே உள்ளே போனான் இளங்கோ.

“ஜெயம் கல்யாணம் முடிஞ்சதுமே உடனே புறப்பட்டுடாதே. தர்மலிங்கம் கோவிச்சுக்குவான். மதியம் இருந்து விருந்து சாப்டுட்டு வா.”

“நீங்க ஏன் கல்யாணத்துக்கு வரலைன்னு கேட்டா, நான் என்ன பதிலைச் சொல்லட்டும்? அவர் நம்பற மாதிரி ஏதாவது ஒரு பொய்யைச் சொல்லுங்க...”

“இன்கம் டேக்ஸ் ப்ராப்ளம்னு சொல்லு. வருமானவரி அதிகாரிங்க எந்த நிமிஷமும் வீட்டுக்கு வரலாமாம். அதனாலதான் வரலைன்னு சொல்லு.”

ஜெயம் தலையாட்டினாள்.

“சரிங்க...”

டிரைவர் மணி கதவைத் திறந்துவிட, ஜெயம் தன் உடம்பைத் தூக்கிக்கொண்டு பின்சீட்டுக்குப் போய் அகலமாய் நிறைந்தாள்.

“மணி! சொன்னது ஞாபகமிருக்கட்டும். காரை மெதுவா ஓட்டிட்டுப் போ. இளங்கோவை ஸ்டீயரிங் பிடிக்க விடாதே. அவன காட்டுத்தனமா வண்டியை ஓட்டிக்கிட்டு போய் எங்கேயாவது மோதிடுவான்.”

“நான் தரமாட்டேன்யா.”

மணி காருக்குள் உட்கார்ந்து இக்னீஷியனை உசுப்பினான். ஜெயம் காரின் கண்ணாடியை கீழே இறக்கிவிட்டு வெளியே தலையை நீட்டினாள்.

“இப்படி கொஞ்சம் வாங்க...”

சந்தரமவுலி வந்தார்.

“என்ன?”

“நான் போனதும் இதான் சாக்குன்னு நிம்மதியா உட்கார்ந்து தீர்த்தம் போட ஆரம்பிச்சுடாதீங்க...”

“மாட்டேன்.”

“நேரத்துல படுத்து தூங்குங்க...”

“ம்...”

“காலையிலிருந்து புகைச்சு... புகைச்சு... இருமிட்டிருந்தீங்க... சாப்பாட்டுல தயிர் சேர்த்துக்காதீங்க...”

"சரி...!"

இளங்கோ சிரித்தான்.

"மணி! நீ மொதல்ல வண்டியை எடு. அம்மாவை பேச விட்டா... ஊறுகாயை சாப்பிடாதீங்க, உப்பை சேர்த்துக்காதீங்க. பனியில வாக்கிங் போகாதீங்கன்னு... ஒரே அட்வைஸ் மயமா வந்துட்டிருக்கும். ஏம்மா... நீயும் நானும் எங்கே போறோம்... திருச்சியில நடக்கற ஒரு கல்யாணத்துக்குப் போறோம். நாளைக்கு சாய்ந்திரத்துக்குள்ளே திரும்பிடப் போறோம். அதுக்குள்ளே அப்பாவுக்கு ஆயிரம் அட்வைஸ் தரணுமா...? மணி! நீ காரை எடு."

மணி காரை நகர்த்தினான்.

கார் காம்பவுண்ட் கேட்டைத் தாண்டும்வரை கை அசைத்துக் கொண்டிருந்த சந்திரமவுலி காரின் பின்பக்க சிவப்பு விளக்குகள் மறைந்ததும் பங்களாவுக்குள் திரும்பினார். நடையில் ஒரு துள்ளல் வந்து ஒட்டிக் கொண்டது.

ஹாலுக்குள் நுழைந்தவர் -

இடதுகை பக்கமாய் தெரிந்த அறைக்குள் எட்டிப் பார்த்து அங்கே டைப் மெஷினின் முன்னால் உட்கார்ந்து டைப் அடித்துக் கொண்டிருந்த அந்த இளைஞனைக் கூப்பிட்டார்.

"கேசவன்..."

"ஸார்...!" அவன் நாற்காலியை பின்னுக்குத் தள்ளிக் கொண்டு வேகமாய் எழுந்தான். தாடையில் தாடிப் பயிர். கண்களில் பவர் கிளாஸ் கண்ணாடி. கலைந்த தலை.

"கொஞ்சம் மேலே வா...! வரும்போது வாசல் கதவை சாத்திட்டு வா."

கேசவன் தலையாட்டினான்.

சந்திரமவுலி மாடிக்கு போக, கேசவன் கதவை தாழிட்டுவிட்டு சந்திரமவுலியை பின்தொடர்ந்து மாடிக்கு

வந்தான். சந்திரமவுலி அறையின் மையத்திலிருந்த ஃபோம் சோஃபாவில் வசதியாய் சாய்ந்து இருக்க எதிரே வந்து நின்றான்.

“கேசவன்...”

“ஸார்...”

“அம்மாவும் இளங்கோவும் திருச்சி கல்யாணத்துக்கு புறப்பட்டு போயிட்டாங்க...”

“பார்த்துட்டுத்தான் ஸார் இருந்தேன்...”

“சரி... அந்த அலமாரியை தொறந்து ஸ்காட்ச் பாட்டிலையும் ரெண்டு டம்ளரையும் எடுத்துக்கிட்டு வா...”

“எனக்கு வேண்டாம் ஸார்...”

“ஏன் வேண்டாங்கிற...? போன வாரம் கொடுத்தப்ப குடிச்சியே?”

“இன்னிக்கு எனக்கு வேண்டாம் ஸார்...”

“சரி வற்புறுத்தலை. நான் குடிக்கிறேன்... போய்க் கொண்டா!” சந்திரமவுலி சொன்னதும் கேசவன் அலமாரியை நோக்கிப் போனான்.

போன நிமிஷமே – திரும்பி வெறுங்கையோடு வந்தான்.

“ஏன் கேசவா ஸ்காட்ச் இல்லையா?”

“அலமாரி பூட்டியிருக்கு ஸார்...”

“அலமாரி பூட்டியிருக்கா?” லேசாய் திடுக்கிட்டுப் போய் எழுந்தார். வேகவேகமாய் நடைபோட்டு அலமாரியை நெருங்கினார். இழுத்துப் பார்த்தார்.

அந்த மர அலமாரி இறுக்கமாய் சாத்தியிருந்தது. சந்திரமவுலி திரும்பிப்பார்த்து தனக்குப் பின்னால் நின்றிருந்த கேசவனிடம் புன்னகைத்தார்.

“இது அம்மாவோட வேலை போலிருக்கு. போறபோக்குல அலமாரியைப் பூட்டி சாவியையும் எடுத்துக்கிட்டானு நினைக்கிறேன்.”

கேசவன் மவுனமாய் நின்றிருந்தான்.

சந்திரமவுலி தன் சில்க் ஜிப்பா பாக்கெட்டில் கையை நுழைத்து மூன்று நூறு ரூபாய் நோட்டுகளை எடுத்து கேசவனிடம் நீட்டினார்.

“ஹனிபீ ஒய்ன்ஷாப்புக்கு போய் - நாராயணன்கிட்டே நான் சொன்னதா சொல்லு. இந்த முன்னூறு ரூபாயையும் குடு. அவன் பாட்டிலைத் தருவான். வாங்கிட்டு வந்துரு...”

“சரிங்க ஸார்!”

பணத்தை வாங்கிக் கொண்டு நகர்ந்தான் கேசவன்.

“அப்படியே கேசவா...”

“சொல்லுங்க ஸார்...”

“உன்னோட தங்கச்சி மாதவியை இங்கே கூட்டிகிட்டு வந்துரு...”

“ஸ...ஸார்...!”

“என்ன கேசவா... நீ...? மாதவியைப் பத்தி சொல்லும் போதே... மூஞ்சியில அதிர்ச்சியை காட்றே! போன தடவை மாதிரியே... ஒரு மணி நேரத்துல மாதவியை அனுப்பிச்சு வெச்சுடறேன்.”

“ஸ... ஸார்...”

“நீ எதையும் சொல்ல வேண்டாம். நான் ஏன் இன்னிக்கு திருச்சி கல்யாணத்துக்கு அம்மா கூட போகலை தெரியுமா...” உன்னோட தங்கச்சி மாதவிக்காகத்தான். திடீர்ன்னு அவ ஞாபகம் வந்துருச்சு... அதான் தங்கிட்டேன்...”

கேசவன் கண்களில் நீர் கோர்த்தான். “ஸார்... போன தடவையே நீங்க சொன்னீங்க... மாதவியை இனிமே கூப்பிட மாட்டேன்னு...”

“ஆமா சொன்னேன்...! மனசுக்குத் தெரியுது இது தப்புன்னு. இந்தப் பாழாப் போன உடம்புக்குத் தெரியணுமே?”

“ஸார்! வாழவேண்டிய பொண்ணு ஸார். அவ வாழ்க்கையை பாழடிச்சு நரகம் பண்ணிடாதீங்க.”

சந்திரமவுலி திடீரென்று கோபமானார்.

"டேய் என்னடா...! நான்பாட்டுக்கு சொல்லிட்டே இருக்கேன், நீபாட்டுக்கு உபதேசம் பண்ணிட்டே இருக்கே? இன்னும் உனக்கு ஒரு மணி நேரம் டயம் தர்றேன். அதுக்குள்ளே ஒரு கையில பாட்டிலும், இன்னொரு கையில உன்னோட தங்கச்சியையும் கூட்டிகிட்டு வரணும்... இல்லேன்னா மாசம் பொறந்தா சம்பளம் வாங்கற இந்த வேலை உனக்கில்லை. சீட்டை அந்த நிமிஷமே... கிழிச்சுடுவேன்."

"ஸார்...! அப்படியெல்லாம் பண்ணிடாதீங்க ஸார்."

"அப்படி நான் பண்ணாம இருக்கணும்னா, நான் சொல்றபடி கேக்கணும். ஒரு வேளை சோத்துக்கு வழியில்லாம... ஒவ்வொரு கடையா ஏறி வேலை கேட்டுக்கிட்டிருந்த உன்னை என்னோட கம்பெனிக்கு கூட்டிட்டு வந்து வேலை குடுத்து நல்ல சம்பளம் போட்டுக் கொடுத்தேனே.. எவன் இதுமாதிரி செய்வான்...? அங்கங்கே போய் பாரு. எம்.ஏ, பி.ஏ, படிச்சவனும் மாசம் ஒரு ரூபா சம்பாதிக்கிறதுக்காக நாய் படாதபாடுபடறான்."

கேசவன் கண்களில் நீர்த் திரையோடு மெதுவாய் நகர – சந்திரமவுலி திரும்பவும் தொடர்ந்தார். "இதோ பார் கேசவா! நான் உனக்கு இங்கே வேலை போட்டுக் குடுத்ததே உன்னோட தங்கச்சி மாதவி அழகாயிருக்காங்கிற ஒரேயொரு காரணத்துக்காகத்தான். மாதவியோட கல்யாணத்தைப் பத்தி நீ கவலைப்படாதே... ரெண்டு வருஷம் போனதும் அவளுக்கு நானே ஒரு நல்ல மாப்பிள்ளையா பார்த்து கல்யாணம் பண்ணி வெக்கறேன். போ... போய் கூட்டிட்டு வா. நேரம் போயிட்டே இருக்கு..."

கேசவன் அதிர்கிற மனதோடு –

அறையை விட்டு வெளியே வந்தான்.

அதே இரவு, பதினோரு மணி.

பட்டினப்பாக்கம் குடியிருப்பின் வால் பகுதியில் கடைசி வீடு. ஜீரோ வாட்ஸ் வெளிச்சம் நிரம்பின அந்த

அறையில் அழுக்கு பிடித்த சுவரில் நிறைய சாமி படங்கள். பக்கத்தில் குறுகலான சமையலறை. சமையலறையொட்டின மாதிரியான வாசற்படியில் ஒரு தடிமனான புத்தகத்தில் ஆழ்ந்திருந்தாள் மாதவி.

இருபது வயதான – ஊட்டமான உடம்பில் இளமை தத்தளித்துக் கொண்டிருந்தது.

"டொக்... டொக்..."

கதவு தட்டப்படும் சத்தம் கேட்டு விருட்டென்று எழுந்து உட்கார்ந்தாள் மாதவி. படித்துக் கொண்டிருந்த புத்தகத்தை மூடிவைத்துவிட்டு கதவை நோக்கிப் போனாள்.

"யாரது...?"

"நான்தாம்மா..."

கேசவன் குரல் கேட்டதுமே – கதவின் தாழ்ப்பாளை பளிச்சென்று விலக்கினாள் மாதவி. திறந்த கதவின் வழியாக உள்ளே வந்தான் கேசவன்.

"என்னண்ணா இவ்வளவு நேரம் கழிச்சு வர்றே...?"

கேசவன் பதில் பேசாமல் தங்கையை பார்த்தான்.

"என்னண்ணா அப்படிப் பார்க்கிறே?"

"கொஞ்சம் திருத்தமா டிரஸ் பண்ணிகிட்டு என் கூட புறப்படும்மா... வெளியில ஆட்டோ காத்திக்கிட்டிருக்கு..."

"எங்கண்ணா...?"

"முதலாளி உன்னைக் கூப்பிடறார்."

மாதவியின் கண்களில் அதிர்ச்சி மின்னல்கள் அடித்தது.

2

"என்னம்மா...! என்னையே பார்த்துக்கிட்டு நிக்கறே? புறப்படு, அந்தப் பாவி உனக்காக காத்திட்டிருப்பான்."

"ஏண்ணா...! இது உனக்கே வெட்கமாப்படலை? நாம இப்படி மானத்தை விட்டு பொழைக்கணுமா...?"

"வேற வழி எனக்கு தோணலையேம்மா! இந்த வேலையும் எனக்கு இல்லேன்னு ஆயிட்டா சீக்கிரமே தெருவுக்கு வந்துடுவோம். நீ மனசுல எதுவும் நினைக்காமே அந்தப் பாவிகிட்டே அனுசரிச்சு போயிடும்மா. நீ அனுசரிச்சு போகலையன்னா... என் வேலை மட்டும் போகாது. உன்னையும் இவன் வலுக்கட்டாயமா எடுத்துக்குவான்."

கண்களில் நீர்க் கசிய – கெஞ்சும் குரலில் பேசும் அண்ணனையே சில விநாடிகள் வரை கழிவிரக்கமாய் பார்த்தாள் மாதவி.

"என்னை அப்படியெல்லாம் பார்க்காதேம்மா மாதவி. உன்னோட அண்ணன் ஒரு கோழை. அவனாலே யாரையும் எதுவும் பண்ணமுடியாது. நான் வெளியே நிக்கிறேன். நீ புடவையை மாத்திக்கிட்டு வாம்மா."

சொல்லிவிட்டு –

விறுவிறுவென்று வெளியே வந்தான் கேசவன். வாசலில் காத்திருந்த ஆட்டோவில் ஏறி உட்கார்ந்து கொண்டான். ஆட்டோ டிரைவர் கேட்டார்.

"என்ன சார்! போகலாமா...?"

"ஒரு ரெண்டு நிமிஷம் பொறுங்க டிரைவர், ஆள் வரணும்."

"வெயிட்டிங்ல ரொம்ப நேரம் போட்டுடாதீங்க சார். நான் வூட்டுக்கு போகணும். முளுவாம இருக்குற பொஞ்சாதி வூட்டு திண்ணை மேலேயே காத்துகிட்டு கிடப்பா."

"இப்போ போயிடலாம்..."

"ஏன் சார் வூட்டுக்குள்ளே லைட் எரியலை. கரண்ட் இல்லையா...?"

"கரண்ட் இருக்கு ஆனா பத்து மணிக்கு மேலே லைட் போடக்கூடாதுன்னு வீட்டுக்காரர் சொல்லியிருக்கார். பத்து மணிக்கு மேலே வீட்ல சிம்னி விளக்கு தான்."

கேசவன் சொல்லிக் கொண்டிருந்த அதே நேரம் - ஆட்டோ டிரைவர் கத்தினார்.

"என்ன சார் வூட்டுக்குள்ளாற இருந்து புகை வருது... ஏதோ பத்திக்கிச்சு போலிருக்கே..."

கேசவன் குபீரென்று ஆட்டோவினின்றும் கீழே குதித்து – வீட்டின் வாசற்படிகளை ஒரே தாவாகத் தாவி உள்ளே போனான். மண்ணெண்ணையின் நாற்றம் நாசிகளை அடர்த்தியாய் வருடியது. சமையலறைக்குள் இருந்து - புகையும், சதை பொசுங்கும் நாற்றமும், வெளிச்சமும் வந்தது.

வீறிட்டுக் கொண்டே சமையலறைக்குள் நுழைந்தான் கேசவன். மாதவி புகைக்கு நடுவே தெரிந்தாள். சம்மணமிட்டு உட்கார்ந்திருந்தாள். நெருப்பு ஜுவாலைகள் உடம்பு பூராவும் மொய்த்துக் கொண்டிருந்தது.

ஆட்டோ டிரைவரின் உதவியோடு - போர்வையை எடுத்து மாதவியின் மேல் வீசி – தீயை அணைத்து – உயிருக்கு போராடிக் கொண்டிருந்த அவளை அள்ளிக்கொண்டு ஆட்டோவுக்கு வந்தான் கேசவன்.

"டிரைவர்! வேகமா ஜி.ஹெச்சுக்கு போங்க..."

ஆட்டோ பறந்தது.

சந்திரமவுலி எரிச்சலாய் கையில் கட்டியிருந்த வாட்சைப் பார்த்தார்.

நேரம் 12.05.

'ஸ்காட்ச் வாங்கிக்கொண்டு – மாதவியைக் கூட்டிவரப் போனவனை எங்கே இன்னமும் காணோம்?'

'அவ வரமாட்டேன்னு சொல்லி அடம்பிடித்து இருப்பாளா? கேசவன் சமாதானம் செய்து கொண்டிருப்பானோ...?'

யோசித்துக் கொண்டே ஹாலில் –

குறுக்கும் நெடுக்குமாய் நடந்து கொண்டிருந்தவர்.

வாசலில் எழுந்த காலிங் பெல் சத்தம் கேட்டு ஓடினார். 'பய வந்துட்டான்!' – மனசுக்குள் சந்தோஷம் கொண்டாடிக் கொண்டு போய் கதவைத் திறந்தார்.

வெளியே –

கேசவன் நின்றிருந்தான்.

இருண்டு போன முகத்தில் வெள்ளமாய் வியர்வை. கண்களில் கண்ணீர் ததும்பியிருந்தது. உடம்பில் பதட்டம்,

சந்திரமவுலி திடுக்கிட்டார்.

"என்ன கேசவா... உனக்கு என்னாச்சு? எங்கே போயிட்டு இவ்வளவு நேரம் கழிச்சு வர்றே?"

"ச... சார்... ச... சார்..."

பேச முடியாமல் அழ முற்பட்டான் கேசவன்.

"என்னாச்சு... சொல்லித் தொலை." சந்திரமவுலி எரிச்சல் பட்டார்.

"ச... சார்...! மாதவியை... ஹாஸ்பிடல்ல கொண்டு போய் சேர்த்திருக்கேன்."

"ஏ... ஏன்?"

"உடம்புல மண்ணெண்ணையை ஊத்தி தீ வெச்சுகிட்டா..." சந்திரமவுலி புருவங்களை உயர்த்தினார். "என்னாச்சு... எதுக்காக தீ வெச்சுகிட்டா?"

“பங்களாவுக்கு... நீங்க கூப்பிட்டதா சொன்னேன். வரமாட்டேன்னு சொன்னவ அப்புறம் ஒத்துக்கிட்டா. நான் வெளியே வந்து அவளுக்காக ஆட்டோல காத்திருந்தப்போ... சமையலறைக்குப் போய் மண்ணெண்ணையை ஊத்தி தீ வெச்சுக்கிட்டா.”

“செத்துட்டாளா? இன்னும் உசிரோட இருக்காளா?”

“உயிர் இருக்கு சார். டாக்டர்கிட்ட கேட்டேன். எதுக்கும் இந்த ராத்திரி பூராவும் தாண்டணும்னு சொல்லி இருக்கார்.”

“பைத்தியக்காரப் பொண்ணு. வாழ்க்கையில அட்ஜஸ்ட் பண்ணிட்டு போகத் தெரியலை. ஏற்கனவே ஒரு தடவ என்கிட்டே வந்தவதானே உன் தங்கச்சி...? இன்னிக்கு மட்டும் என்ன திடீர்னு ரோஷம் மானம் பார்த்துட்டு தீ வெச்சுகிட்டா... தீ குளிக்கிறதுன்னா அன்னிக்கே குளிச்சிருக்கணும்... என்ன கேசவா நான் சொல்றது?”

கேசவன் ஒன்றும் பேசாமல் அழுதான்.

“சரி... சரி...! ஏன் அழுவறே? உன் தங்கச்சி குணமாயிடுவா. நான் வேணுமின்னா ஜி.ஹெச்சுக்கு போன் பண்ணி சீஃப் டாக்டர்கிட்டே பேசி நல்ல ட்ரீட்மெண்ட் தரச் சொல்றேன். சரி, ஸ்காட்ச் வாங்கிட்டு வந்தியா?”

“இ... இல்ல... சார்...”

“ஏன்...?”

“தங்கச்சியோட விவகாரத்துல மறந்துட்டேன்.”

“அவதான் சாகலையே...! போ... சீக்கிரம் போய் வாங்கிட்டு வா...”

“நா...நான் ஆஸ்பத்திரிக்கு போகணும் சார். தங்கச்சி பக்கத்துல யாருமே இல்லே... போன் பண்ணி பார்த்தேன். உங்க நம்பர் போகலே! அதான் நீங்க காத்திருப்பீங்களேன்னுதான் ஓடிவந்தேன்.”

“நீ ஆஸ்பத்திரிக்குப் போய் என்ன பண்ணப்போறே? அவளைப் பார்க்கத்தான் டாக்டரும் நர்ஸும் இருக்காங்களே?”

"டாக்டர் என்னை சீக்கிரமா வரச் சொன்னார் சார்."

"ஸ்காட்ச் வாங்கி குடுத்துட்டு நீ எங்கே வேணும்ன்னாலும் போ. பத்தரை மணியிலிருந்து அது உள்ளே போகாமே நான் படறபாடு எனக்குத்தான் தெரியும். ஸ்காட்ச் கிடைக்கலைன்னாலும் பரவாயில்லை. நம்மதுல நல்ல வெரைட்டியா வாங்கிக்க... அப்படியே அலங்கார் தியேட்டர்க்குப் பின்னாடி பிளாட்பாரம் பக்கம் சிக்கன் ஸ்டால் ஒண்ணு இருக்கும். அங்கே போய் மசாலா சிக்கன் வாங்கிக்க..."

"சரிங்க... சார்...!"

கண்ணீரோடு தலையாட்டினான். தலையாட்டிக் கொண்டே நகர்ந்தவனை – தன் கையசைப்பால் மறுபடியும் நிறுத்தினார்.

"இதையெல்லாம் வாங்கிட்டு வர்ற வழியில... முடிஞ்சா இந்த உபகாரத்தையும் பண்ணு..."

"ஓட்டல் 'கோல்டன் ஷவர்'க்கு போய் ரிசப்ஷன்ல இருக்கிற ஜெகன்கிட்டே என்னோட பேரைச் சொல்லி பட்சி வேணும்ன்னு சொல்லு. அவன் ஏற்பாடு பண்ணி அனுப்பி வெச்சுடுவான். உன் தங்கச்சி மாதவி என்னை ஏமாத்திட்டதினாலே... நான் இந்த ராத்திரியில எப்படியெல்லாம் கஷ்டப்பட வேண்டியிருக்கு பார்த்தியா கேசவா...?"

கேசவன் ஒன்றும் பேசாமல் நடந்தான்.

சந்திரமவுலி அவனுடைய முதுகுக்குப் பின்னால் கத்தினார்.

"அந்த ஜெகன் என்ன பட்சி வேணும்ன்னு கேட்பான்... ஏதோ ஒரு பட்சி... ஆனா புது பட்சி வேணும்ன்னு சொல்லிடு."

"சரிங்க... சார்!"

எதிர்த்து பேசமுடியாத இயலாமை குத்திக் கிழித்துக் கொண்டிருக்க, இரும்பாய் கனக்கிற இதயத்தோடு வெளியே வந்தான் கேசவன்.

ராத்திரி நேர சென்னைத் தெருக்கள் போக்குவரத்து இல்லாமல் கால்நீட்டி உட்கார்ந்திருக்க – ஆட்டோ ஒன்றைப் பிடித்துக்கொண்டு ஒயின்ஷாப் ஒன்றில் கிடைத்த சரக்கை வாங்கிக்கொண்டு ஓட்டல் கோல்டன் ஷவரை நெருங்கினான் கேசவன்.

மனது பூராவும் மாதவியின் ஞாபகம் அப்பிக்கிடந்தது.

'இந்த நிமிஷம் அவளுக்கு எப்படியிருக்கிறதோ?'

ஆட்டோவை ஓட்டலின் போர்ட்டிகோவில் அமர்த்திவிட்டு உள்ளே சென்றுப் பார்த்தான். ரிசப்ஷன் கவுண்டரில் இரண்டு இளைஞர்கள் நின்றிருந்தார்கள். அவர்களை தயக்கமாய் நெருங்கிக் கேட்டான்.

"மிஸ்டர் ஜெகன்...?"

"நான்தான், என்ன வேணும்?"

"சந்திரமவுலி என்னை அனுப்பிச்சு வெச்சார்..."

"எந்த சந்திரமவுலி?"

"ஜெயம் இண்டஸ்ட்ரீஸ் கம்பெனி எம்.டி."

"ஓ... அவரா? என்ன விஷயம்?"

"பட்சி வேணும்ன்னு சொன்னார்."

"இந்த மாதிரியான விஷயங்களுக்கு அவரோட டிரைவர் மணிதானே வருவார்."

"டிரைவர் காரை எடுத்துட்டு வெளியூர் போயிருக்கார்."

"நீங்க யாரு?"

"எம் பேர் கேசவன். அவரோட ஆபீஸ்ல வேலைப் பார்க்கிறேன்."

அந்த ஜெகன் மோவாயைத் தேய்த்துக்கொண்டே சொன்னான். "ஒரு அரைமணி நேரம் அந்த சோஃபால உட்கார்ந்து வெயிட் பண்ணுங்க. வெளியே போயிருக்கிற பட்சி ஒண்ணு இப்ப வந்துடும்."

“ஆட்டோ வெயிட்டிங்ல இருக்கட்டுமா... அனுப்பட்டுமா சார்?”

“இருக்கட்டும். பட்சி வந்தா அதே ஆட்டோலயே போயிடலாமே இல்லேன்னா இந்த ராத்திரி நேரத்துல ஆட்டோவுக்காக லோ லோன்னு அலையணும்.”

கேசவன் ஸ்காட்ச் பாட்டிலை சுமந்து கொண்டு வரவேற்பறையில் இருந்த அந்த குஷன் சோஃபாவில் சாய்ந்தான். கவுண்ட்டர்க்கு மேலிருந்த சுவர் கடிகாரம் 12-25ஐ காட்ட லேசாய் கவலைப்பட்டான்.

‘மாதவிக்கு இந்நேரம் எப்படியிருக்கும்?’

யோசித்தவன் ரிசப்ஷனில் இருந்த ஜெகனை நெருங்கி “ஜி.ஹெச்ல என்னோட சிஸ்டரை அட்மிட் பண்ணியிருந்தேன். அவ இப்போ எப்படி இருக்கான்னு தெரிஞ்சுக்கணும். ஒரு போன் பண்ணிக்கலாமா?”

அவன் டெலிபோனை நகர்த்தி வைத்தான்.

“பண்ணிக்குங்க...”

கேசவன் ஏற்கனவே மனதுக்குள் வாங்கி வைத்திருந்த ஜி.ஹெச் போன் நெம்பரை டயலில் சுழற்றினான். ரிஸீவரில் ஒரு பெண் குரல் வழிந்தது.

“ஹலோ...”

“சிஸ்டர்! எம் பேர் கேசவன். ஒரு மணி நேரத்துக்கு முன்னாடி மாதவிங்கிற என்னோட சிஸ்டரை நெருப்புக் காயத்தோட அட்மிட் பண்ணியிருந்தேன்.”

“அந்த மண்ணெண்ண கேஸா...?”

“ஆமா... சிஸ்டர்.”

அந்த சிஸ்டர் வெடித்தாள். “ஏங்க உங்களுக்கெல்லாம் மனிதாபிமானமே இல்லையா?”

“சிஸ்டர்...!” நா குழறினான் கேசவன்.

“ஆமா... இப்போ எங்கிருந்து பேசறீங்க?”

“நுங்கம்பாக்கம். ஒரு ஓட்டல்லயிருந்து...!”

“தங்கச்சியை அட்மிட் பண்ணிட்டு நீங்கபாட்டுக்கு ஓட்டலுக்கு கிளம்பிட்டீங்களா?”

“ஸாரி... சிஸ்டர், ஒரு அவசர வேலை. மாதவிக்கு இப்போ எப்படியிருக்கு?”

“நீங்க உடனே புறப்பட்டு வாங்க.”

“ஏன் சிஸ்டர்?”

“அந்த பொண்ணு செத்து பத்து நிமிஷமாச்சு. உயிர் போற நேரத்துல ‘அண்ணா... அண்ணா’ன்னு அனத்திகிட்டே இருந்துச்சு. உங்களுக்கெல்லாம் எதுக்குங்க அக்காவும் தங்கச்சியும்?”

அவள் உஷ்ணமாய் கேட்டு விட்டு –

ரிஸீவரை ஆக்ரோஷமாய் சாத்தினாள்.

3

ஏசியில் ரிஸீவரோடு உறைந்துபோய் நின்றுவிட்ட கேசவனை, ஓட்டல் ரிசப்சனிஷ்ட் ஜெகன் தோளைத் தட்டி மெல்ல உசுப்பினான்.

“என்னாச்சு... ஏன் இப்படி நின்னுட்டிருக்கீங்க?”

உணர்வுக்கு மீண்ட கேசவன், ரிஸீவரை சாத்தி விட்டு ஜெகனை ஏறிட்டான். “சார்... நான் அவசரமா ஜி.ஹெச் போகணும்...”

“பட்சி இப்போ வந்துடும். கூட்டிட்டு போய் சந்திரமவுலி சார் பங்களால விட்டுட்டு நீங்க போங்களேன்.”

“நான் உடனடியா ஜி.ஹெச்சுக்கு போயாகணும் சார். ஆஸ்பிடல்ல இருந்த என்னோட சிஸ்டர் இறந்துட்டதா தகவல்...”

ஜெகன் முகம் மாறினான்.

“விஷயத்தை சந்திரமவுலிக்கு போன் பண்ணி சொல்லிட்டு... நீங்க ஹாஸ்பிடல் புறப்படுங்க. அந்த பொண்ணு வந்ததும் ஆட்டோ வெச்சு அனுப்பிடறேன்.”

கேசவன் தலையாட்டிக்கொண்டே மறுபடியும் ரிஸீவரை எடுத்து – சந்திரமவுலியின் பங்களாவுக்கு டயலைச் சுழற்றினான்.

அந்தப் பக்கமிருந்து என்கேஜ்ட் டோன் கேட்க,

மறுபடியும் டயலைச் சுழற்றினான் – அதே என்கேஜ்ட் டோன்.

“என்ன லைன் கிடைக்கலையா?”

“கிடைக்கலை.”

ஜெகன் முயற்சி செய்து பார்த்துவிட்டு “சாரோட போன் அவுட் ஆஃப் ஆர்டரா இருக்கும்ன்னு நினைக்கிறேன். நீங்க ஹாஸ்பிடலுக்குப் புறப்பட்டுப் போங்க. நான் சார்க்கு வேண்டியதைப் பார்த்து அனுப்பிடறேன்.”

கையிலிருந்த ஸ்காட்ச் பாட்டிலை அவனிடம் கொடுத்துவிட்டு – வெளியில் காத்திருந்த ஆட்டோ அருகே வந்தான் கேசவன்.

ஆட்டோ டிரைவர் கேட்டான்.

“என்ன சார் புறப்படலாமா...?”

“ம்...”

“யாரையோ கூட்டிட்டு வர்றதுக்காக உள்ளே போனீங்க.”

“யாரும் வரலை.”

ஆட்டோ டிரைவர் சிரித்தான்.

“கிராக்கி ஏதும் மாட்டலையா சார்? எனக்கு தெரிஞ்ச ஒரு இடம் இருக்கு. அங்கே கூட்டிப் போகட்டா சார்? ரேட்டும் சீஃப்பு. ஒவ்வொண்ணும் டாப்பு. லாட்டரி சீட்ல கூட ஏதாவது ஒரு ஸ்டேட் கிடைக்காமே போயிடும். ஆனா நான் கூட்டிப் போற இடத்துல எல்லா ஸ்டேட்டும் கிடைக்கும்.”

“டிரைவர்...”

“சார்.”

“வண்டியை ஜி.ஹெச்சுக்கு விடு.”

டிரைவர் குழப்பமாய் அவனைப் பார்த்துக்கொண்டே ஆட்டோவின் கிக்கரை உதைத்தான். அது. உயிர்பெற்று உறும – ஆக்ஸிலேட்டரை முறுக்கினான்.

ஆட்டோ குபுக்கென்று பாய்ந்தது.

ஜி.ஹெச் அந்த ராத்திரி நேரத்தில் ஒரு மயான அமைதியோடு இருட்டில் ஆழ்ந்திருந்தது. இன்டென்ஸிவ் வார்டின் கண்ணாடி

கதவுகளில் மட்டும், சதுரம் சதுரமாய் வெளிச்சம் தெரிய உள்ளே நர்ஸ்களின் சின்னச் சின்ன சலனங்கள் புலப்பட்டன.

ஆட்டோவினின்று இறங்கி –

டிரைவர்க்கு பணத்தைக் கொடுத்து அனுப்பிவிட்டு – இன்டென்ஸிவ் வார்டை நோக்கி ஓடினான் கேசவன். நெஞ்சுப் பிரதேசத்தில் இருதயமும், நுரையீரல்களும் இரும்பு குண்டுகள் மாதிரி கனத்தன. அழுகை மெலிதாய் கண்களைக் கீறியது.

இருட்டான ஆஸ்பத்திரி வராந்தாக்களைக் கடந்து – அந்த இன்டென்ஸிவ் வார்டைத் தொட்டான். வாசலில் காத்திருந்த நர்ஸ், அவனை அடையாளம் கண்டுகொண்டுப் பொரிந்தாள்.

“வாங்க... சார்! இந்த ராத்திரி நேரத்துல எங்கே போய் ஊரைச் சுத்திட்டு வர்றீங்க? ஜி.ஹெச்சுல கொண்டாந்து அட்மிட் பண்ணிட்டா எல்லாமே சரியா போயிடுமா? அந்த பொண்ணுக்கு ஞாபகம் வந்து “அண்ணா... அண்ணா”ன்னு வாய் ஓயாமே சொல்லிக்கிட்டே செத்துப் போச்சு.”

“ஸாரி... ஸாரி... சிஸ்டர்!”

“ஸாரி சொல்லி என்னங்க பிரயோஜனம்...? பாடியை மார்ச்சுவரிக்கு கொண்டு போறதுக்கு முன்னாடியாவது வந்தீங்களே? உள்ளே போய்... பாருங்க... அஞ்சு நிமிஷத்துல மார்ச்சுவரி ஆளுங்க வந்துடுவாங்க.”

கண்களில் நீர் கனமாய் அப்பிக் கொள்ள – தயக்க நடையோடு அந்த அறைக்குள் நுழைந்தான் கேசவன்.

உள்ளே நுழைந்ததுமே –

கழுத்துவரை போர்த்தப்பட்டு கரிக்கட்டையாய் தீய்ந்து போன முகத்தோடு மாதவி தெரிந்தாள். பாதி முகத்தை நெருப்பு தீவிரமாய் பொசுக்கி – சதையைத் தின்றிருந்தது. இமைகள், தலை மயிர், எல்லாமே உருகிப் போன சதையில் ஒட்டிக்கொண்டு...

"மா... த... வீ...!!!" கேசவன் தன்னைக் கட்டுப்படுத்திக் கொள்ள முடியாமல் குலுங்கினான். பொசுங்கிப்போன மாதவி சலனமில்லாமல் போர்வைக்குள் இருந்தாள். கேசவன் குரல் தழுதழுக்க கண்களில் நீர் வழிய கும்பிட்டான்.

"அம்மா மாதவி, என்னை மன்னிச்சுடும்மா. இந்த அண்ணன் நீ உயிரோட இருக்கும்போதும் கோழைதான். இப்பவும் கோழைதான். கூட்டிக்கொடுக்கிற இந்த அண்ணன்கிட்டே உயிரோட இருக்கிறதைவிட செத்துறது மேல்ன்னு நினைச்சுட்டியாமா..."

அழுது அரற்றிக் கொண்டு இருந்த அவன் பின்னே ஷூ காலடிச் சத்தம் கேட்டது.

திரும்பினான்.

அந்த இளவயது டாக்டர் சீரான நடையில் அவனை நோக்கி வந்துக் கொண்டிருந்தார். தோளில் மடித்து போட்டிருந்த கோட்டுடன் நெருங்கினார்.

"நீங்கதான் அந்தப் பொண்ணுக்கு அண்ணனா?"

"ஆ... ஆமா டாக்டர்."

"கேசவன், நீங்க எங்கே வேலை பார்க்கறீங்க...?"

"ஜெயம் இண்டஸ்ட்ரீஸ் அண்ட் கம்பெனி."

"உங்க சிஸ்டர் மாதவி எதுக்காக தற்கொலை பண்ணிகிட்டா...?"

"அ... அது அது வந்து..."

"சொல்லுங்க ..."

"வயத்து வலியாலே கஷ்டப்பட்டுட்டு இருந்தா... என்ன மருந்து குடுத்தும் குணமாகலை. இன்னிக்கு ராத்திரி பத்து மணியிலிருந்தே வயித்து வலின்னு துடிச்சிட்டிருந்தா... நான் மருந்து வாங்க வெளியே போய்ட்டு வர்றதுக்குள்ளே மண்ணெண்ணையை ஊத்தி தீ வெச்சுகிட்டா..."

"போலீஸூக்கு இன்ஃபார்ம் பண்ணீங்களா?"

“பண்ணலை...”

“பட் நாங்க பண்ணியிருக்கோம். கொஞ்ச நேரத்துல கான்ஸ்டபிள் ஒருத்தர் வருவார். அவர்கிட்டே எல்லா விவரத்தையும் சொல்லுங்க...”

கேசவன் தலையாட்டினான். டாக்டர் தொடர்ந்து சொன்னார். “பாடி இன்னும் கொஞ்ச நேரத்துல மார்ச்சுவரிக்கு போயிடும். நாளைக்கு காலையில போஸ்ட்மார்ட்டம் முடிஞ்சதும் பாடியை ஒப்படைப்பாங்க. நீங்க வெளியூர்ல இருக்கிற யார்க்காவது தகவல் தர வேண்டியிருக்கா?”

“ஆமா... டாக்டர்!”

“நீங்க வெளியேபோய் தகவல் கொடுத்துட்டு வாங்க, அதுக்குள்ளே கான்ஸ்டபிள் வந்துடுவார்.” சொல்லிக் கொண்டே டாக்டர் நகர்ந்துவிட கேசவன் மாதவியை சற்றுநேரம் இமைக்காமல் பார்த்துக் கொண்டிருந்துவிட்டு அறையினின்றும் வெளியே வந்தான்.

மனதுக்குள் ஊழிக்காலத் தீப்பற்றிக் கொண்ட மாதிரி குற்றஉணர்ச்சி. கண்களுக்குள் ஒரு பெரிய நீர்த்தேக்கம் உடைத்து கொண்ட மாதிரி கண்ணீர் பெருக்கெடுத்தது.

நேரம் 12-50.

ஓட்டல் ‘கோல்டன் ஷவர்ஸ்’ ரிசப்ஷனிஸ்ட் ஜெகன் தன் எதிரே நின்றிருந்த கல்பனாவிடம் அந்த ஸ்காட்ச் பாட்டிலை நீட்டினான்.

“கல்பனா! சந்திரமவுலி சார் உனக்காக ரொம்ப நேரமா காத்திட்டிருக்காராம். போய் கம்பெனி கொடுத்துட்டு காலையில அஞ்சு மணிக்குள்ளே ஓட்டலுக்குத் திரும்பிடு.”

அந்த கல்பனா சிணுங்கினாள். “கூப்பிடறவர் கொஞ்சம் சீக்கிரமாவே கூப்பிடக் கூடாதா? இந்த நேரத்துல... இப்பத்தான் ஒரு மிலிட்டரிக்காரனை சமாளிச்சுட்டு வர்றேன். உடம்பே காத்துல பறக்கற மாதிரி இருக்கு.”

சிணுங்கிக்கொண்டே சொன்ன கல்பனாவுக்கு இருபதிலிருந்து இருபத்தைந்து வயதுக்குள் - பூசின மாதிரியான உடம்பு. சில்க்தனமாய் முகம். சினிமாவில் நடிக்க ஆசைப்பட்டு - ஆந்திராவிலிருந்து வந்து - முடியாமல் - சில்லறை சில்லறையாய் கற்பை விற்று – இப்போது மொத்தமாகவே கடை விரித்து விட்டாள். ஆறு மாதங்களுக்கு முன்னால் எய்ட்ஸ் பீதி ஊரில் இருந்த போது வியாபாரம் டல்லடித்தது. அதெல்லாம் இந்தியாவுக்கு வராது என்று உள்ளூர் டாக்டர்கள் மொத்தமாக சொல்லிய பிறகு பழையபடி வியாபாரம் சூடு பிடிக்க ஆரம்பித்தது. சந்திரமவுலிக்கு அடிக்கடி தேவைப்படுபவள் இந்த கல்பனா.

"நீ சீக்கிரம் கிளம்பு கல்பனா. பேசிட்டே நின்னுட்டிருக்காதே. பேரர் கூட்டிட்டு வந்த ஆட்டோ ஓட்டல் காம்பவுண்ட் கேட்டுக்கு வெளியே காத்திட்டிருக்கு."

"வந்த ஆள் ஏதாவது பணம் குடுத்துட்டு போனானா?"

"ஒண்ணும் தரலை. அதையெல்லாம் நாளைக்கு காலையில சந்திரமவுலி சாரே ஓட்டலுக்கு வந்து செட்டில் பண்ணிட்டு போயிடுவார்."

"சரி, நான் புறப்படறேன்."

கல்பனா தன் கையிலிருந்த ஸ்காட்ச் பாட்டிலை ஒரு ரெக்ஸின் பைக்குள் திணித்துக்கொண்டு போர்ட்டிகோவில் இறங்கி – காம்பவுண்ட் கேட்டுக்கு வந்தாள்.

காத்திருந்த ஆட்டோ அவளைப் பார்த்ததும் உயிர் பிடித்துக் கொண்டது. கல்பனா உள்ளே ஏறி உட்கார்ந்தாள்.

"என்னம்மா..?"

"எந்த இடத்துக்கு போறோம்னு தெரியுமா?"

"தெரியும்மா!"

"செகண்ட்ஷோ சினிமா விடற நேரம், போலீஸ் மெயின் ரோட்ல அங்கங்கே நின்னுட்டிருப்பாங்க. பார்த்து போங்க!"

“எனக்கு தெரியாதாம்மா? இந்த மெட்ராஸ்ல எத்தினி வருஷமா வண்டியை ஓட்டறேன். யார் யாரை வண்டியில வெச்சுகிட்டு எந்தெந்த வழியா போகணும்ன்னு எனக்குத் தெரியும். நீங்க பயப்படாமே உட்கார்ந்துட்டு வாங்கம்மா. எந்த தொந்தரவும் இல்லாமே கரெக்ட்டா சொன்ன இடத்துக்கு கொண்டு போய் தள்ளி உடறேன்.”

காலிங் பெல்லின் அலறல் சத்தம் கேட்டு – முன்புற ஹாலில் சோஃபாவில் உட்கார்ந்தபடியே கோழித் தூக்கம் போட்டுக் கொண்டிருந்த சந்திரமவுலி – திடும்மென்று விழித்துக் கொண்டார்.

“கேசவன் வந்துட்டான் போலிருக்கு.” சொல்லிக்கொண்டே ஒரு சின்ன மகிழ்ச்சித் துள்ளலோடு – எழுந்து கதவை நோக்கிப் போனார். தாழ்ப்பாளின் மேல் கையை வைக்கும்போது - ஹால் கடிகாரம் ‘டங்’கென்று ஒரு மணியை அடித்து ஓய்ந்தது. சந்திரமவுலி தாழ்ப்பாளை விலக்கினார். கதவை விரியத் திறந்தார்.

வெளியே –

யாருமில்லை.

கதவைத் தாண்டி வெளியே வந்த சந்திரமவுலி – ஆச்சர்யத்தை முகம் பூராவும் உட்காரவைத்துக் கொண்டே சுற்றும்முற்றும் பார்த்தார். போர்ட்டிகோவில் இறங்கித் தேடினார்.

‘யார் காலிங்பெல்லை அடித்தது…?’ யோசித்துக்கொண்டே – ஒரு ஐந்து நிமிட நேரம் வெளியே நின்று பார்த்துவிட்டு மறுபடியும் ஹாலுக்குள் நுழைந்து கதவைச் சாத்தினார். மனசுக்குள் மெல்ல ஒரு பயம் முளைவிட ஆரம்பித்தது.

‘காலிங்பெல் எப்படி தானாய் அடிக்கும்?’

கதவைத் தாழிட்டுவிட்டு சோபாவுக்குத் திரும்பியவர் எதிரேயிருந்த கண்ணாடியைப் பார்த்ததும் - சூடுப் பட்டதுபோல் சட்டென எழுந்து நின்றார்.

பீரோ மறைவிலிருந்து – அந்த உருவம் வெளிப்படுவது – எதிரேயிருந்த முழுக்கண்ணாடியில் துல்லியமாய் தெரிந்தது. சந்திரமவுலி சட்டென்று சுவாசிக்க சிரமப்பட்டார்.

"நீ... நீ... எப்படி... உள்ளே...?"

அந்த உருவம் சிரித்தது.

"நான் காலிங்பெல் அடிச்சுட்டு... குரோட்டன்ஸ் செடிகளுக்குப் பின்னால ஒளிஞ்சுகிட்டேன். நீ போர்ட்டிகோல இறங்கி தேடிட்டிருந்தப்போ உள்ளே வந்துட்டேன்..."

"எ... என்ன வேணும் உனக்கு?"

"உன்னோட தலை..." சொன்ன அந்த உருவம் தன் இடுப்பினின்றும் - ஒரு அடி நீளமிருந்த அந்தக் கத்தியை உருவிக் கொண்டது.

உருவிய கத்தியின் கூர்மையில் -

ஆயிரம் மின்னல்கள் மின்னியது.

4

"இந்த பங்களாதான். ஆட்டோவை நிறுத்திக்கோங்க டிரைவர்!" என்றாள் கல்பனா. ஆட்டோ சட்டென்று வேகம் இழந்து பங்களாவின் காம்பவுண்ட் கேட் ஓரமாய் உடம்பை உதறிக்கொண்டு நின்றது. மீட்டர் பார்த்து கைப்பையினின்றும் பணத்தை எடுத்துக் கொடுத்தாள்.

"மணி எத்தினிம்மா?"

"ஒண்ணு பத்து..."

"எல்லா தியேட்டர்லேயும் படம் உட்டிருப்பாங்க... இனிமே போய் ஒரு கிராக்கியையும் பிடிக்க முடியாது. மீட்டர்க்கு மேலே ஏதாச்சும் போட்டுக் குடும்மா."

போட்டுக் கொடுத்தாள்.

டிரைவர் ஆட்டோவைக் கிளப்பிக்கொண்டு போனதும் கல்பனா பங்களாவின் காம்பவுண்ட் கேட்டைத் திறந்தாள். போர்ட்டிகோவைச் சுற்றியிருந்த மண்தொட்டிகளில் குரோட்டன் செடிகள் இருட்டில் ஆடிக் கொண்டிருந்தது, கல்பனா, அந்த பங்களாவுக்கு வந்த பழக்கதோஷத்தில் விறுவிறுவென்று நடந்தாள்.

போர்ட்டிகோ படிகள் ஏறினாள்.

வாசல் கதவு விரியத் திறந்திருந்தது. கல்பனா உடனே உள்ளே நுழைந்து விடாமல் சுவரின் பக்கவாட்டிலிருந்த காலிங்பெல்லின் மேல் கையை வைத்தாள்.

காலிங்பெல் அடக்கமாய் உள்ளே கத்தியது.

கல்பனா அரைநிமிட நேரம் காத்திருந்து பார்த்தாள். சந்திரமவுலி வராமல் போகவே மறுபடியும் காலிங்பெல்லை அழுத்திப் பார்த்தாள்.

பங்களா முழுவதும் நிசப்தம்.

'மனுஷன் தூங்கிட்டாரோ?'

'உள்ளே போய் பார்க்கலாமா?'

ஸ்லிப்பர்களை கழற்றி விட்டு – மெதுவாய் உள்ளே கால் பாவினாள். ஹால் அரையிருட்டோடு தெரிய குரல் கொடுத்தாள்.

"சார்..!!"

உள்ளே கனத்த அமைதி.

நான்கடி தூரம் நடந்திருப்பாள்.

சோஃபாவில் யாரோ குப்புறப் படுத்திருப்பது தெரிந்தது.

ஆர்வமாய் நெருங்கினாள். "சார்...!"

நெருங்கியவளின் வலதுகால் பாதம் எதிலேயோ 'ப்ச்ச்க்'கென்று ஒட்டிக்கொள்ள திடுக்கிட்டுப்போய் குனிந்துப் பார்த்தாள்.

தரை பூராவும் ரத்தம் சொத சொதவென்று ஊற்றி இருந்தது. சோஃபாவைச் சுற்றிலும் சின்னச்சின்ன திவலைகளாய் சிதறியிருந்தது.

சோஃபாவில் கிடந்த அந்த உருவத்தைப் பார்த்தாள் கல்பனா.

சட்டென முதுகுத்தண்டு பூராவும் உறைந்துபோய் நின்றாள்.

தலையில்லாத சந்திரமவுலி சோஃபாவில் குப்புறப்படுத்து இடதுகையை தொங்கவிட்டிருந்தார். அறுபட்ட கழுத்திலிருந்து ரத்தம் இன்னமும் தயங்கித் தயங்கி சொட்டிக் கொண்டிருந்தது.

கல்பனாவின் கையிலிருந்த ஸ்காட்ச் பாட்டில் நழுவி 'ச்ச்சலீர்' என்று மொசைக் தரையை முத்தமிட்டது.

கல்பனாவின் உடல் தன்னிச்சையாய் நடுங்கிக் கொண்டிருக்க – பார்வை சோஃபாவின் மேல் தலையில்லாமல் முண்டமாய் கிடக்கும் சந்திரமவுலியின் மேல் நிலைத்துப் போயிருந்தது.

சந்திரமவுலியின் கழுத்து துல்லியமாய் அறுபட்டிருந்தது. காம்பஸால் வட்டம் போட்டு நிதானமாய் நறுக்கி இருந்தார்கள். ரத்ததக் குழாய்களும், நரம்புகளும் அதிகப் பிரசங்கித்தனம் காட்டாமல் கழுத்துக்குள்ளேயே சுருண்டு போயிருந்தது. அணிந்திருந்த நைட் உடையிலும் சோஃபாவின் ரெக்ஸின் உறையிலும் தெளிக்கப்பட்டிருந்த ரத்தம் உலராமல் – சின்னச் சின்ன பவளங்கள் மாதிரி உருண்டு கிடந்தது.

'எப்படி...? யாரால் இந்த பயங்கரம்...?'

கல்பனா வியர்த்துப்போன – தன் முகத்தை சேலைத் தலைப்பால் ஒற்றிக்கொண்டு சுற்றும் முற்றும் பார்த்தாள்.

பங்களாவின் உள்ளே யாரும் இருப்பதற்கான அறிகுறியே இல்லை. பங்களாவுக்கு வெளியே பாரா போகும் கூர்க்கா தன் கையிலிருந்த தடியால் காம்பவுண்ட் கேட்டைத் தட்டிப் பார்த்துவிட்டு 'பாரா கபர்தார்' என்று கத்திக்கொண்டே போகும் குரல் கேட்டது.

'அந்த கூர்க்காவைக் கூப்பிட்டு சொல்லலாமா...?'

'வேண்டாம். அதைவிட போலீஸூக்கு போவதுதான் நல்லது...' டெலிபோன் இருந்த அறையை நோக்கி நகர முயன்ற அதே விநாடி – மனதுக்குள் அந்த எச்சரிக்கைக் குரல் கேட்டது.

'கல்பனா...! ஒரு நிமிஷம் நில்லு. போலீஸூக்கு போன் பண்றதுக்கு முன்னாடி கொஞ்சம் யோசனை பண்ணு. போலீஸ் உம்மேலே சந்தேகப்பட மாட்டாங்கங்கிறது என்ன நிச்சயம்?'

'இல்லை... இல்லை...! இந்தக் கொலையைப் பத்தி நான் சொல்லாமே போனாத்தான் அவங்களுக்கு எம்மேலே

சந்தேகம் வரும். அவங்க என்னைத் தேடி வர்றதுக்குள்ளே நானே போலீஸ்ல போய் சொல்லிடறது உத்தமம்.'

பக்கத்து அறைக்குள் நுழைந்து –

டெலிபோனின் ரிஸீவரை எடுத்துக்கொண்டு – போலீஸ் ஸ்டேஷனுக்கு டயலைச் சுழற்றினாள். ரிங் போய் மறுமுனையில் ரிஸீவர் எடுக்கப்பட்டது.

"ஹலோ."

"சார் அசோக் நகர் எக்ஸ்டென்ஷன்லயிருந்து பேசறேன். இங்கே சந்திரமவுலி பங்களால ஒரு கொலை நடந்திருக்கு சார். கொலையானவர் சந்திரமவுலி."

"இண்டஸ்ட்ரியலிஸ்ட் சந்திரமவுலியா?"

"ஆமா சார்."

"நீங்க யாரு... அவரோட மனைவியா?"

"இல்ல சார்."

"பின்னே..?"

"நேர்ல வாங்க சார், சொல்றேன்" சொல்லிவிட்டு ரிஸீவரைச் சாத்தினாள் கல்பனா. உடம்பு பூராவும் வியர்வை சொத சொதவென்று வியர்த்து ஊற்றியது.

பத்தே நிமிடம்.

பங்களாவின் காம்பவுன்ட் கேட் அருகே போலீஸ் ஜீப்பின் ஹெட்லைட் வெளிச்சம் பிரகாசமாய் அடித்து உள்ளே திரும்பியது. போர்ட்டிகோவில் வந்து நின்றது.

இன்ஸ்பெக்டர் நவநீதகிருஷ்ணனும், சப்-இன்ஸ்பெக்டர் அவினாஷும், ஜீப்பின் இரண்டு பக்கங்களிலிருந்து ஒரு வேகமான குதிப்போடு இறங்கினார்கள்.

போர்ட்டிகோ படிகளில் காத்திருந்த கல்பனா இருவரையும் எதிர்கொண்டாள். கல்பனாவைப் பார்த்ததும் நவநீதகிருஷ்ணன் அவளை அடையாளம் கண்டு 'இவளா..?' என ஆச்சரியப்பட்டுக்

கொண்டே உள்ளே நுழைந்தார். 'போனவாரம் ரெய்டில் சிக்கிய தொழில்காரி' என்று உதடுகளுக்குள் முனகிக் கொண்டார்.

"நீயா போன் பண்ணினே?"

"ஆமா சார்."

"இங்கே எதுக்காக வந்தே?"

"நான் எதுக்காக சார் வருவேன்...? சந்திரமவுலி சார்க்கு கம்பெனி கொடுக்கிறதுக்காக வந்தா அவரை யாரோ கொலை பண்ணியிருக்காங்க. நான் உடனே பயந்து போய் உங்களுக்கு போன் பண்ணேன். இன்ஸ்பெக்டர்! அவர் இறந்து கிடக்கிற விஷயம் தெரியாம நான்பாட்டுக்கு கொட்டி கிடந்த ரத்தத்துல காலை வெச்சு நடந்துட்டேன்."

நவநீதகிருஷ்ணனும், அவினாஷும் - சந்திரமவுலியின் உடல் கிடந்த சோஃபாவை நெருங்கினார்கள். நைட்கவுன் அணிந்த அந்த தலையில்லா முண்டம் - இரண்டு பேரின் வயிற்றுக்குள்ளும் ஒரு பனிச்சிலிர்ப்பைக் கொடுத்தது.

சற்று நேரத்தில் ஃபாரன்ஸிக் ஆட்களும் போலீஸ் போட்டோகிராபரும் சந்திரமவுலியை மொய்த்துக் கொள்ள- இன்ஸ்பெக்டர் நவநீதகிருஷ்ணன் கல்பனாவின் பக்கம் திரும்பினார்.

"இப்படி கொஞ்சம் வா."

"என்ன சார்?"

"எத்தனை மணிக்கு நீ இங்கே வந்தே?"

"ஒண்ணேகால் மணி இருக்கும் சார்."

"நீ வரும்போது வீட்டுக்கு வெளியே வண்டி ஏதாவது நின்னுட்டிருந்ததா?"

"எதுவும் இல்ல சார்."

"சந்திரமவுலியை உனக்கு எத்தனை நாளா தெரியும்?"

"ஆறு மாசமாத்தான் தெரியும் சார்."

"எத்தனை தடவை இந்த வீட்டுக்கு வந்திருப்பே?"

"ஏழெட்டு தடவை இருக்கும்."

"அப்ப யாரும் இருக்கமாட்டாங்களா?"

"ராத்திரி நேரங்கள்ல இருந்ததில்லை சார். பொதுவாவே சந்திரமவுலி சார் பங்களால யாரும் இல்லாதப்பதான் எனக்கு ஆள் அனுப்புவார்."

"ஆள் அனுப்புவாரா?"

"ஆமா... சார்."

"இன்னிக்கு வந்தது யாரு?"

"அவர் பேரு கேசவன். ஆனா நான் வர்றதுக்குள்ளே புறப்பட்டு போயிட்டார்."

"அந்த கேசவன் இங்கே என்னவா இருக்கிறார்?"

"அதெல்லாம் எனக்குத் தெரியாது சார்."

"அங்கே ஒரு பாட்டில் கீழே விழுந்து உடைஞ்சிருக்கே... அதை யார் உடைச்சது?"

"நான்தான்... சந்திரமவுலி சாரை இந்த கோலத்துல பார்த்த அதிர்ச்சியில பாட்டிலை நழுவ விட்டுட்டேன்."

இன்ஸ்பெக்டர் நவநீதகிருஷ்ணன் அவளை கூர்மையாய் பார்த்தார்.

"இதோ பார்! உன்னைப் பத்தியும் உன்னோட தொழிலைப் பத்தியும் எனக்கு நல்லாவே தெரியும். நீ ஏதாவது பொய் சொன்னே...! அந்த பொய்யை சுலபமா கண்டுபிடிச்சுடுவோம்."

கல்பனா புன்னகைத்தாள்.

"இன்ஸ்பெக்டர்! நான் விபச்சாரம் பண்றவ தான். ஆனா கொலைகாரி கிடையாது. சந்திரமவுலியை இப்பிடி பார்த்ததும், போலீஸுக்கு சொல்லாமே போயிரலாம்னு நினைச்சேன். ஆனா மனசு கேட்கலை. நான் ஒண்ணுமே பண்ணாதவங்கிற தைரியத்துல உங்களுக்கு நான் போன் பண்ணேன். என்

மேல சந்தேகப்படறத விட்டுட்டு உண்மையான குற்றவாளி யாராயிருக்க முடியும்ங்கிறதை யோசியுங்க.”

“அதெல்லாம் நாங்க பாத்துக்குறோம்...” என்று கோபமாக சொன்னவர், அடுத்த கேள்வியைக் கேட்டார். “சந்திரமவுலிக்கு மனைவி இருக்காங்களா?”

“ஆமா... கூட ஒரு சன்னும் இருக்கார். பேரு இளங்கோ.”

“அவங்க எங்கே?”

“எனக்குத் தெரியாது இன்ஸ்பெக்டர். நான் வரும்போதே பங்களா வாசல் கதவு திறந்திருந்தது. காலிங்பெல்லை அழுத்தி அழுத்திப் பார்த்தேன். யாரும் வராமே போனதுனாலத்தான் உள்ளே நுழைஞ்சேன்.”

கல்பனா பேசிக் கொண்டிருந்த அதே நேரம்,

பக்கத்து அறையிலிருந்து டெலிபோன் கூப்பிட்டது. நவநீதகிருஷ்ணன் சட்டென்று பதட்டமாகி டெலிபோனை நோக்கி வேகவேகமாய்ப் போனார்.

ரிஸீவரை பறித்தெடுத்து “ஹலோ” என்றார்.

“ஹலோ சந்திரமவுலி சாரா?”

ஒரு வினாடி அண்ணாந்து யோசித்த நவநீதகிருஷ்ணன் “ம்ம்...” என்றார்.

“சார்... கல்பனாவை காலையில ஆறு மணிக்கு முன்னாடி அனுப்பிச்சு வெச்சுடுங்க சார்...ப்ளீஸ்”

“ம்... ம்...”

“ஏன் சார்... குரல் ஒரு மாதிரியா இருக்கு?”

“ஜலதோஷம்...”

“அப்புறம் சார்... உங்ககிட்டே வேலை பார்க்கிற கேசவன் கொஞ்ச நேரத்துக்கு முன்னாடி நம்ம ஓட்டலிலிருந்து உங்களுக்கு போன் பண்ணிப் பார்த்தார். உங்க நம்பர்

கிடைக்கலை... ஏதோ அவரோட சிஸ்டர் மண்ணெண்ணையை ஊத்திகிட்டு தீ வெச்சுகிட்டாளாம். ஜி.ஹெச்ல அட்மிட் பண்ணிட்டுதான் ஓட்டலுக்கு வந்தாராம். வந்தவர் இங்கிருந்து ஆஸ்பத்திரிக்குப் போன் பண்ணி நிலவரம் கேட்டப்ப - அவரோட சிஸ்டர் இறந்துட்டதா சொன்னாங்க... அவர் உடனே உங்களுக்கு போன் பண்ணினார். அந்த சமயத்துல உங்க போன் அவுட் ஆஃப் ஆர்டரா இருந்ததினாலே அவராலே தகவல் சொல்ல முடியலே, ஸ்காட்ச் பாட்டிலை என் கையில குடுத்துட்டு ஜி. ஹெச்சுக்கு புறப்பட்டு போயிட்டார்."

"நான் சந்திரமவுலி இல்லை. இன்ஸ்பெக்டர் பேசறேன். ரிஸீவரை வெச்சுடாதீங்க. நீங்க எந்த நெம்பரிலிருந்து பேசறீங்கங்கறதை ட்ரேஸ் பண்ணிட்டோம். உங்க பேரன்ன?"

"ஜெ... ஜெகன் சார்..."

"ஜெகன், இன்னும் பத்து நிமிஷத்துல நீங்க சந்திர மவுலியோட பங்களாவுக்கு வரணும்."

"என்னாச்சு சார்?"

"வாங்க சொல்றேன்."

"வர்றேன் சார்..."

ரிஸீவரை கவிழ்த்துவிட்டு திரும்பினார் நவநீதகிருஷ்ணன்.

"அவினாஷ்..."

"சார்..."

"நீங்க ஜி.ஹெச் புறப்பட்டு போங்க... கொஞ்ச நேரத்துக்கு முன்னாடி மண்ணெண்ணெய் ஊத்தி தீ வெச்சுகிட்ட பொண்ணு ஒருத்தி செத்துப் போயிருக்கா. அவ அண்ணன் பேரு கேசவன். அவன் ஜி.ஹெச்ல இருந்தா அவனை அள்ளிட்டு வாங்க. இந்த கேஸூக்கு அவன்தான் முக்கியமானவன்."

"எஸ் சார்...!"

அவினாஷ் வாசலில் நின்றிருந்த ஜீப்பை நோக்கிப் போனார்.

5

சப்-இன்ஸ்பெக்டர் அவினாஷ் ஜீப்பை விரட்டிக்கொண்டு ஜி.ஹெச் போய் சேர்ந்தபோது – இன்டென்ஸிவ் வார்டின் வாசலில் - கான்ஸ்டபிள் ஒருவர் கொட்டாவியோடு நின்றிருந்தார். ஜீப்பைப் பார்த்ததும் அவசர அவசரமாய் கொட்டாவியை விரட்டி விட்டு – அட்டென்ஷனுக்கு வந்தார். ஜீப்பினின்றும் இறங்கி வந்த அவினாஷுக்கு ஓர் அவசர சல்யூட்டைக் கொடுத்தார்.

அவினாஷ் கேட்டார்.

“எந்த பீட் கான்ஸ்டபிள் நீ...?”

“பட்டினப்பாக்கம் சார்.”

“என்ன கேஸு...?”

“சூசைட் சார்...! மாதவினு ஒரு பொண்ணு.”

“பொண்ணு பேரு மாதவியா?”

“ஆமா... சார்...!”

“மண்ணெண்ணெய் ஊத்தி தீ வெச்சுகிட்ட கேஸ் தானே?”

“ஆமாம் சார்...”

“பொண்ணோட அண்ணன் எங்கே...? உள்ளே இருக்கானா...?

“இல்ல சார். அவனோட தங்கச்சி செத்துப் போனதைப் பத்தி தகவல் தர்றதுக்காக டெலிகிராப் ஆபீஸுக்கு போயிருக்கானாம். அவனுக்காகத்தான் நானும் காத்திட்டிருக்கேன்.”

"பொண்ணோட பாடி எங்கே?"

"மார்ச்சுவரிக்கு போயிடுச்சு சார். பார்க்கிறீங்களா?"

"வேண்டாம்..." – அவினாஷ் சொல்லிக் கொண்டே தொப்பியை கழற்றி தலையை கையால் கோதிக் கொண்டே அங்கிருந்த நாற்காலியில் உட்கார்ந்தார்.

"கேசவன் எந்த டெலிகிராபிக் ஆபீஸூக்கு போயிருக்கான்னு தெரியுமா?"

"தெரியலை சார்."

"எப்போ போனான்?"

"நான் வர்றதுக்கு முந்தி – அரைமணி நேரத்துக்கு முன்னாடியே போனவன் சார் - இன்னும் வரலை. கிட்டதட்ட ஒரு மணி நேரமாகப் போகுது."

கான்ஸ்டபிள் சொல்லிக் கொண்டிருக்கும்போதே –

ஜி.ஹெச் கேட் வாசலில் -

அந்த உருவம் தளர்ச்சியாய் தெரிந்தது. மெல்ல இன்டென்ஸிவ் வார்டை நோக்கி வந்தது. கான்ஸ்டபிள் உற்றுப் பார்த்துவிட்டு வார்டின் உள்ளே எட்டிப் பார்த்து "நர்ஸ்..!!!" என்று கூப்பிட்டார்.

நர்ஸ் எட்டிப் பார்த்தாள்.

"வர்ற ஆள்தானே கேசவன்...?"

அவளும் பார்வையை உன்னிப்பாக்கிப் பார்த்துவிட்டு – "ஆமா சார், அந்தப் பொறுப்பில்லாத ஆள்தான். உயிர்க்கு போராடற தங்கச்சிக்கு பக்கத்துல இருக்காமே ஊரைச் சுத்திட்டிருந்த அதே ஆள்தான்."

அவள் வெறுப்பாய் சொல்லிக் கொண்டிருக்கும் போதே கேசவன் வார்டின் வாசற்படி ஏறினான். தலைமுடி கலைந்து போயிருக்க,முகம் பூராவும் விளக்கெண்ணை பூசிய மாதிரி வியர்வை. அணிந்திருந்த பேண்ட்டிலும் சர்ட்டிலும் திட்டு திட்டாய் மண் தீற்றல்.

உட்கார்ந்திருந்த அவினாஷ் அவனை கையசைத்துக் கூப்பிட்டார். கேசவன் மிரட்சியோடு அவரை நெருங்கினான்.

“உம் பேரென்ன?”

“கேசவன் சார்.”

“ஜெயம் இண்டஸ்ட்ரீஸ் சந்திரமவுலிகிட்டேதானே வேலை பார்க்கிறே?”

“ஆமா சார்.”

“செத்துப் போனது உன்னோட தங்கச்சியா?”

“ஆமா சார்.”

“எதுக்காக உன்னோட தங்கச்சி தற்கொலை பண்ணினா?”

“வயித்து வலி சார்.”

கான்ஸ்டபிள் குறுக்கிட்டார். “ஏய்...! பொய் சொல்லாதே. ஸ்டேஷனுக்கு கொண்டுபோய் தட்டு தட்டுன்னு தட்டிடுவேன்... உன் தங்கச்சி எவன்கிட்டேயாவது ஏமாந்து போய் வயித்துல வாங்கிகிட்டா. அதுதானே உண்மை?”

அவினாஷ் கான்ஸ்டபிளைக் கையமர்த்திவிட்டு எழுந்தார்.

“கேசவன்!”

“என் கூட கொஞ்சம் வா...” அவினாஷ் அவனை வராந்தா பக்கமாய் கூட்டிக் கொண்டு போனார். போய்க் கொண்டே கேட்டார்.

“இப்போ எங்கே போயிட்டு வர்றே?”

“டெலிகிராப் ஆபீஸுக்கு சார்.”

“யாருக்குத் தந்தி கொடுத்தே?”

“திருக்குவளையில என்னோட தாய் மாமன் ஒருத்தர் இருக்கார் சார்... அவர்க்குத் தகவல் தரத்தான் போனேன்.”

“தந்தி தந்துட்டியா?”

“குடுத்துட்டேன் சார்.”

“நீ தந்தி கொடுத்ததுக்கு அவங்க ஒரு ரசீது தருவாங்களே வெச்சிருக்கியா?”

“வெச்சிருக்கேன் சார்” என்றவன் தன் சட்டைப் பாக்கெட்டில் கையை நுழைத்துவிட்டு முகம் மாறினான்.

“என்ன கேசவன் ரசீதைக் காணோமா...?”

“ஆ... ஆமா... சார்.”

“அது போகட்டும் விடு. உன்னோட பேண்ட்ல திட்டு திட்டா ரத்தம் பட்டிருக்கே...! அந்த ரத்தம் சந்திரமவுலியோட ரத்தம்தானே?”

“ச...சார்.”

“இதோ பாரு கேசவா, நீ இந்த திடுக்கிடற மாதிரி நடிக்கறதெல்லாம் வேண்டாம்... ஒரு பைசாக்கு பிரயோஜனமில்லை. சந்திரமவுலியோட தலையை எங்கே கொண்டு போய் டிஸ்போஸ் பண்ணிட்டு வர்றே?”

“சார்... நீங்க என்ன சொல்றீங்க? சந்திரமவுலி சாரோட தலையா? டிஸ்போஸா...? எனக்கு ஒண்ணும் புரியலை சார்.”

“சரி...பேண்ட்ல பட்டிருக்கிறது ரத்தம்தானே?”

“ஆ...ஆமா சார்.”

“அந்த ரத்தம் எப்படி வந்தது?”

“டெ...டெலிகிராப் ஆபீஸூக்குப் போய் தந்தி குடுத்துட்டு வேகமா ஓடி வர்றப்ப தெருநாய் ஒண்ணு பாய்ஞ்சு வந்து தொடையில கடிச்சுடுச்சு சார்”

கேவசன் சர்ட்டைத் தூக்கி தன் வலதுபக்க பேண்ட்டைக் காட்டினான்.

பேண்ட் கொஞ்சம் நூல் நூலாக உரிந்து போய் - உள்ளே செவேலென்ற ரத்தத்தைக் காட்டியது. அவன் தொடர்ந்து சொன்னான்.

“நாய்க்கு பயந்து ஓடி வர்றப்பதான் அந்த தந்தி ரசீதும் காத்துலே எங்கோ அடிச்சுட்டு போயிருக்கணும் சார்.”

அவன் பொய் சொல்லவில்லை என்பதை – கண்களும் முகத்தில் தெரிந்த பதட்டம் அப்பட்டமாய் காட்டியது. அவினாஷ் அவன் தோளில் கை வைத்து வார்டு பக்கமாய் கூட்டி வந்தார். அறை வாசலில் நின்றிருந்த நர்ஸைக் கூப்பிட்டார்.

"சிஸ்டர்."

அவள் ஓடிவந்தாள்.

"இவரை நாய் கடிச்சுடுச்சு. ட்ரீட்மெண்ட் குடுங்க மொதல்ல."

"உள்ளே வாங்க."

நர்ஸ், கேசவனைக் கூட்டிக்கொண்டு உள்ளேப் போனாள். அவினாஷ் டெலிபோன் ஆபரேட்டர் இருந்த அறைக்குப் போய் - அங்க உட்கார்ந்து கோழித் தூக்கம் போட்டுக் கொண்டிருந்த இளைஞனைத் தட்டி எழுப்பி – சந்திரமவுலி வீட்டு டெலிபோன் நெம்பரைச் சொல்லி இணைப்பு கேட்டார்.

அந்த இளைஞன் முயற்சி செய்து – உடனே எண்ணுக்கு இணைப்பு கொடுத்தான்.

அவினாஷ் ரிஸீவரை வாங்கி "ஹலோ!" என்றார். மறுமுனையில் ரிஸீவர் வைத்திருந்த நவநீதகிருஷ்ணன் அவினாஷின் குரலை அடையாளம் தெரிந்து, "சொல்லுங்க அவினாஷ்! ஆளை மடக்கிட்டீங்களா?"

"அவனை மடக்கி பிரயோஜனமில்லை, சார்! ஹி ஈஸ் ஹார்ம்லஸ்."

"எப்படி சொல்றீங்க?"

அவினாஷ் எல்லாவற்றையும் சொன்னார். மறுமுனையில் நவநீதகிருஷ்ணுன் கேட்டார்.

"அது நாய்க்கடிதான்...! ட்ரீட்மெண்ட்டுக்கு உள்ளே போயிருக்கான் சார்."

"பேண்ட்ல ப்ளட் இருந்ததா?"

"ஆமா சார்."

“அந்த ப்ளட்டை கலெக்ட் பண்ணி என்ன க்ரூப்புன்னு பார்க்கச் சொல்லுங்க. அவனோட ப்ளட்டா இல்லை சந்திரமவுலியோட ப்ளட்டான்னு தெரிஞ்சுடும்.”

“எஸ்... சார்...!”

“அப்பறம்... அவன் எந்த டெலிகிராபிக் ஆபீஸ்ல டெலிகிராம் குடுத்தான்னு விசாரிச்சு... அங்கே போய் - அந்த க்ளார்க்கை என்கொயர் பண்ணுங்க, அவினாஷ்.”

“எஸ் சார்...”

அதே வினாடிகளில் -

பூந்தமல்லி நெடுஞ்சாலையில் ஒரு மரத்துக்குக் கீழ் ஏர்பேக்கோடு நின்றிருந்த அவனை நோக்கி – மங்கலாக்கி கொண்ட முகப்பு விளக்குகளோடு அந்த அம்பாஸிடர் கார் நெருங்கி நின்றது. அவன் கதவைத் திறந்து கொண்டு அலட்சியமாய் ஏறி உட்கார்ந்தான். டிரைவிங் சீட்டில் இருந்தவன் திரும்பிப் பார்த்தான்.

அவன் கன்னத்தில் நீளமாய் ஒரு தழும்பு அந்த இருட்டில் பளிச்சென்று தெரிந்தது. சிரித்துக் கொண்டே கேட்டான்.

“என்ன காரியத்தை முடிச்சுட்டியா?”

“ம்...”

“எந்த பிரச்சனையும் இல்லையே?”

“இல்லை...”

“எனக்கு எவ்வளவு கொண்டு வந்தே?”

“நீ துரதிர்ஷ்டசாலி. சந்திரமவுலியோட சம்சாரம் எல்லா நகைகளையும் அள்ளிக்கிட்டு ஒரு கல்யாணத்துக்கு போயிட்டா. பீரோ தொடைச்சு வெச்ச மாதிரி இருந்தது. ரெண்டு நூறு ரூபாய் கட்டு மட்டும்தான் இருந்தது – பத்தாயிரம் ரூபா தேறும்.”

“வந்தவரைக்கும் லாபம்தான். சரி...! குடு... குடு...”

ஏர்பேக்கைப் பிரித்து – உள்ளேயிருந்த அந்த இரண்டு நூறு ரூபாய் நோட்டுக்கட்டுகளை எடுத்து கன்னத்தழும்பின் மடியில் வீசினான். அவன் அவற்றை எடுத்து 'இச்'சென்று முத்தமிட்டு காரின் டேஷ்போர்டுக்குள் தள்ளி, காரை நகர்த்தினான்.

“இந்நேரம் சந்திரமவுலி பங்களாவுக்கு போலீஸ் வந்திருப்பாங்களா?”

“ம்ம்....வந்து தலையைத் தேடிட்டிருப்பாங்க.”

“தலையை என்ன பண்ணப் போறே?”

“போயி... சொல்றேன். இப்ப எந்த கேள்வியும் கேக்காதே... காரை வேகமா ஓட்டு. வழியிலே எங்கேயும் நிறுத்தாதே. நான் சொன்னபடி கார் டிக்கியில மண்வெட்டியையும் கடப்பாரையும் வெச்சிருக்கியா?”

“வெச்சிருக்கேன்.”

கார் வேகம் எடுத்தது.

இருபது நிமிடத்துக்குள் சிட்டி லிமிட்டைத் தாண்டியது. இருட்டில் ஏராளமான பனைமரங்களோடு வந்த ஹைவேஸ் ரோட்டில் பயணித்து செம்பாக்கம் வந்ததும் வேகம் குறைந்தது. அடுத்த வந்த அந்த மண் ரோட்டில் திரும்பியது.

ஐந்து நிமிட குலுங்கலான பயணத்திற்குப்பின் பாதையோராமாய் ஒதுங்கி நின்றது. சுற்றிலும் இருட்டு.

கன்னத்தழும்பு திரும்பிப் பார்த்தான்.

“போய் காரியத்தை முடிச்சிட்டு வா.”

“ஏய்...! நீயும் வா...! அந்த மண்வெட்டியையும் கடப்பாரையையும் நீதான் எடுத்துட்டு வரணும்” சொல்லிக் கொண்டே அவன் தன் கையிலிருந்த ஏர்பேக்கைப் பிரித்து அந்த பாலிதீன் பையைக் கையில் எடுத்தான்.

பாலிதீன் பைக்குள் –

வெட்டப்பட்ட சந்திரமவுலியின் தலை ரத்தப் பிசுபிசுப்போடு 'க்ளக்' என்று உருண்டது. பையை எடுத்துக்கொண்டு சாவதானமாய் காரைவிட்டு இறங்கினான்.

இருட்டில் கொஞ்சம் தொலைவில்...

இரண்டு பனை மரங்களுக்கு மத்தியில் -

அந்த சமாதி, ஒரு மண்மேடு போலத் தெரிந்தது.

6

பார்த்தீனியம் செடிகள் மண்டியிருந்த அந்த பொட்டல்வெளி இருட்டில் இருவரும் தடுமாற்றமில்லாமல் நடந்தார்கள். பாலிதீன் பைக்குள் இருந்த சந்திரமவுலியின் தலை – அவனுடைய நடையின் வேகத்திற்கு ஏற்ற மாதிரி ஆடியது.

கன்னத் தழும்பு கேட்டான்.

“மணி எத்தினி இருக்கும்?”

“ரெண்டேகால்...”

“காரியத்தை சீக்கிரமா முடிச்சுட்டு கிளம்பிடணும்...”

“பயப்படாதே...! நீயோ நானோ யார் கண்ணிலேயும் படமாட்டோம்...”

இருவரும் சமாதியை நெருங்கினார்கள். அவன் பாலீதின் பைக்குள் கையை நுழைத்து – சந்திரமவுலியின் தலைமுடியைப் பற்றி – தலையைத் தூக்கினான்.

வேகமாய் வீசிய காற்று – தலையின் மேல் பட்டு – குப்பென்று ஒரு ரத்த வீச்சத்தை வீசியது. கன்னத் தழும்பு சிரித்தான்.

“கழுத்தை பிசிறில்லாம அழகாத்தான் வெட்டியிருக்கே...”

“சர்ட்டிபிகேட் அப்புறமா தரலாம்... மொதல்ல சின்னதா ஒரு குழியை வெட்டு...”

"எங்கே வெட்டறது...?"

"சமாதிக்கு இடதுபக்கமா வெட்டு..." அவன் மண்வெட்டியோடும். கடப்பாரையோடும் சமாதிக்கு இடதுபக்கமாய் போனான். தோதாக இடம்பார்த்து மண்வெட்டியால் சக்... சக்...கென்று வெட்ட ஆரம்பித்தான்.

அவன் தன் கையிலிருந்த – சந்திரமவுலியின் தலையை தன் முகத்துக்கு நேரே உயர்த்திப் பிடித்தான். பற்கள் கிட்டித்துப் போய் - கருவிழி சொருக – சலனமில்லாமல் தெரிந்த தலையை உற்றுப் பார்த்தான்.

"ஸாரி. மிஸ்டர் சந்திரமவுலி... நான் இப்படி பண்ணுவேன்னு நீங்க கொஞ்சம் கூட நினைச்சே பார்த்திருக்க மாட்டீங்க. நான் என்ன பண்ணட்டும்...? உங்கத் தலையை – தன்னோட சமாதி பக்கத்துல புதைக்கணும்ங்கிறது மாண்டவன் கட்டளை. இந்தக் கட்டளை உங்களோட முடிஞ்சு போயிடாது. இன்னும் சில பேர் உங்களுக்குத் துணையா சீக்கிரமாவே வருவாங்க..."

சொல்லிவிட்டு...

அவன் வெறி பிடித்த மாதிரி சிரிக்க ஆரம்பித்தான்

மறுநாள் காலை ஏழு மணி.

சந்திரமவுலியின் பங்களாவின் - ஒவ்வொரு சதுர அடிப்பரப்பிலும் கனமான சோகம் தோய்ந்து கிடந்தது. பங்களாவுக்கு வெளியே கார்கள் திமுதிமுவென்று நின்றிருக்க சந்திரமவுலியின் குடிகார – கம் – பணக்கார நண்பர்கள் – போர்ட்டிகோவில் நின்றபடி துக்கம் அனுஷ்டித்துக் கொண்டிருந்தார்கள்.

ஃபாரன்ஸிக் ஆட்களோடு மிக தீவிரமாய் பேசிக் கொண்டிருந்த நவநீதகிருஷ்ணனை நெருங்கினார் அவினாஷ்.

"ஸார்...!"

"எஸ்...!" அவர் திரும்பினார்.

“சந்திரமவுலியோட பி.ஏ ஒருத்தர் விஷயம் தெரிஞ்சு வந்திருக்கார். அவரை நீங்க என்கொயர் பண்றீங்களா...?”

“எங்க இருக்காரு?” எனக் கேட்டவர் அவினாஷோடு நடந்தார் நவநீதகிருஷ்ணன். இருட்டடித்துப் போன முகத்தோடு நின்றிருந்த அந்த இளைஞனை நெருங்கினார், அவினாஷ்.

நவநீதகிருஷ்ணன் அவனை ஏறிட்டார். சந்திரமவுலியின் இறப்புச் செய்தி அவனுக்குத் தெரியாததால் அன்றைய தின பளபளப்பான முகச்சவரத்தோடும், சீவிய க்ராப்போடும் - வந்திருந்தான். கழுத்தில் அடையாள அட்டை காற்றில் அலைந்தது. அசப்பில் பிரபல கிரிக்கெட் வீரர் ரவிசாஸ்திரியை ஞாபகப்படுத்தினான். பல்வரிசை மட்டும் அவனது பர்சனால்ட்டியில் கொஞ்சம் காலை வாரிவிட்டது.

“நீங்க சந்திரமவுலியோட பி.ஏவா...?

“ஆமா... ஸார்...!”

“உங்க பேரு...?”

“ஜெயந்தன்.”

“சந்திரமவுலியோட மரணம் இங்கே வந்த பின்னாடிதான் உங்களுக்குத் தெரியுமா?”

“ஆமா... ஸார்...!”

“நீங்க மெட்ராஸ்ல எங்கே இருக்கீங்க...?”

சொன்னான்.

“சந்திரமவுலிக்கு தொழில் ரீதியா யாராவது விரோதிகள் இருக்காங்களா...?

“எனக்குத் தெரியலை ஸார்...! நான் ஒரு மூணு மாசமாத்தான் அவர்க்கு பி.ஏவா இருக்கேன்...”

“இதுக்கு முன்னாடி யார் இருந்தாங்க...?

“நிர்மல்ன்னு ஒருத்தர்!”

“நிர்மல்... ரிசைன் பண்ணிட்டாரா?”

“இல்ல... ஸார்...! எம்.டிதான் டிஸ்மிஸ் பண்ணினார்...”

“டிஸ்மிஸ்ஸா...? என்ன காரணம்...?”

“தெரியலை ஸார்.”

“அந்த நிர்மல் இப்போ எங்கே வேலை பார்க்கிறார்ன்னு தெரியுமா...?

“தெரியலை ஸார்.”

“அவரோட வீட்டு அட்ரஸாவது தெரியுமா...?”

“தெரியும்... நெம்பர் ஏழு, முதல் குறுக்குத் தெரு புளியந்தோப்பு...” நவநீதகிருஷ்ணன் அவினாஷைப் பார்க்க, அவர் தன் கையில் வைத்திருந்த சின்ன டயரியில் அந்த அட்ரஸைக் குறித்துக்கொண்டார். ஜெயந்தன் இன்ஸ்பெக்டரை ஏறிட்டான்.

“திருச்சி கல்யாணத்துக்குப் போயிருக்கிற அம்மாவுக்கும்... எம்.டியோட சன்னுக்கும் தகவல் கொடுத்திட்டீங்களா... ஸார்?”

“எஸ்.டி.டி மூலமா... திருச்சி கல்யாண மண்டபத்துக்கே தகவல் கொடுத்துட்டோம்... எங்க கணக்குப்படி இன்னும் அரைமணி நேரத்துல... அவங்க மெட்ராஸ் வரணும்...”

“அந்த திருச்சி கல்யாண மண்டப அட்ரஸைக் கொடுத்தது யார்ன்னு நான் தெரிஞ்சுக்கலாமா ஸார்...?” ஜெயந்தன் மெல்லிய குரலில் கேட்டான்.

“கேசவன்...” நவநீதகிருஷ்ணன் சொல்ல – அவினாஷ் குறுக்கிட்டு ஜெயந்தனிடம் கேட்டார்.

“அந்த கேசவனைப் பத்தி நீங்க என்ன நினைக்கிறீங்க ஜெயந்தன்?”

“கேசவன் ஒரு அப்பாவி சார்... எம்.டி சொல்ற எந்த வேலையானாலும் சரி...! அது எவ்வளவு நேரமானாலும் சரி...! செஞ்சு முடிச்சுட்டுத்தான் போவார்... வேலையில ரொம்பவும் சின்ஸியர்.”

“சந்திரமவுலியோட பர்சனல் ஸைடு எப்படி...?”

ஜெயந்தன் தயங்கி விட்டு “அ... அ... அவர்க்கு... எல்லா பழக்கமும் உண்டு ஸார்...” என்றான். (புருவங்களை உயர்த்தி “ஓ.கே!” என்ற அவினாஷ் அடுத்த கேள்விக்கு சென்றார்.

“ஜெயம் இண்டஸ்ட்ரீஸ்ல மொத்தம் எத்தனை டைரக்டர்ஸ்?”

“நாலு பேர்...”

“யார் யார்ன்னு சொல்ல முடியுமா...?”

“மிஸ்டர் ஆதிமூலம், மிஸ்டர் சப்தகிரி, மிஸ்டர் சிவசங்கர் அண்ட் மிஸ்டர் கோபிநாதன்... இந்த நாலு பேர்ல சிவசங்கர் எம்.டியோட மைத்துனர்... அதாவது அம்மாவோட தம்பி...”

“நாலு பேரும் மெட்ராஸ்ல தானே இருக்காங்க...?”

“நோ ஸார்...! சப்தகிரியும், ஆதிமூலம் சிங்கப்பூர் போயிருக்காங்க. கோபிநாதன் பம்பாய்ல இருக்கார்... சிவசங்கர் மட்டுந்தான் மெட்ராஸ்ல இருக்கார்...”

“அட்ரஸ்...?”

“குரோம்பேட்டையில ராதா நகர்...”

“டெலிபோன் நெம்பர்...?”

சொன்னான்.

“ஜெயந்தன் நீங்களே அவர்க்கு போன் பண்ணி சந்திரமவுலியோட விஷயத்தைச் சொல்லி உடனடியா அவரை வரச்சொல்லுங்க...”

“சரி ஸார்...!” அவன் நகர்ந்தான்.

ஜெயந்தன் நகர்ந்ததும் நவநீதகிருஷ்ணன் அவினாஷை ஏறிட்டார். “சந்திரமவுலிக்கு ரொம்பவும் தெரிஞ்ச யாரோ ஒருத்தர்தான் இந்தக் கொலையைப் பண்ணியிருக்கணும்... பங்களால யாரும் இல்லேங்கறதை நல்லா தெரிஞ்சுகிட்டு இயல்பா வந்து காரியத்தை முடிச்சுட்டு போயிருக்கான். ஒரு கைரேகைப் பதிவுகூட கிடைக்காமே ஃபாரன்ஸிக்

ஆட்கள் திணறிட்டாங்க... கேசவனையும் நாம இந்த கேஸ்ல சம்பந்தப்படுத்த முடியாது. நாய் கடிச்சது உண்மைதான்... பேண்ட்ல பட்டிருந்த ரத்தம் அவரோடதுதான்னு க்ளியராயிருச்சி..."

அவினாஷ் குறுக்கிட்டார்.

"ஸார்...! கேசவனோட ஸ்டேட்மெண்ட்படி சந்திரமவுலி கேசவனோட சிஸ்டர் மாதவியை தொடறதுக்காக கூட்டிட்டு வரச் சொல்லியிருக்கார்... அதுக்கு உடன்படாத மாதவி தீ வெச்சுக்கிச்சு... இந்த சம்பவம் எந்த அண்ணனுக்குமே கோபத்தைக் கொடுக்கும்... கேசவன் காதும் காதும் வெச்ச மாதிரி காரியத்தை முடிச்சிட்டு... இப்படி அப்பாவியா நடிக்கலாமில்லையா...?

"ஹோட்டல் ரிசப்சனிஷ்ட் ஜெகன், அந்த ப்ராஸ்ட்யூட் கல்பனாவோட ஸ்டேட்மெண்ட்படி கேசவன் ஒரு அப்பாவி மாதிரிதான் தெரியுது. ஆனா எதுக்கும் ஒரு கண் அவன் மேல இருக்கட்டும்." நவநீதகிருஷ்ணன் பேசிக்கொண்டிருக்கும் போதே – பங்களா காம்பவுண்ட் கேட்டுக்கு வெளியே அந்த பைக் "டப்... டப்..." என்று மூச்சுவிட்டபடி வந்து நின்றது. அதிலிருந்து அந்த இன்ஸ்பெக்டர் ஆறடி உயரத்தில் இறங்கினார்.

அவினாஷ் சொன்னார்.

"ஸார் இன்ஸ்பெக்டர் ஆல்பர்ட் வர்றார்... பதினஞ்சு நாளைக்கு முன்னாடிதான் ரெக்ரூட்மெண்ட்ல செலக்டாயி புதுசா பட்டினப்பாக்கம் பீட்டுக்கு அப்பாயிண்ட் ஆனவர். கேசவனோட சிஸ்டர் மாதவியோட தற்கொலை கேஸை இவர்தான் டீல் பண்றார்..."

ஆல்பர்ட் இடது கையால் தொப்பியைக் கழற்றிக் கொண்டே மெல்ல நடந்து வந்து நவநீதகிருஷ்ணனின் கையைப் பற்றி குலுக்கினார்.

"ஐ'ம் ஆல்பர்ட்...! பட்டினப்பாக்கம் பீட்..."

"க்ளாட் டு மீட்... யூ..."

ஆல்பர்ட் சொன்னார் "மாதவியோட தற்கொலையும், சந்திரமவுலியோட கொலையும் ஒன்னுக்கொண்ணு லிங்க் ஆயிருக்கு... மாதவியோட கேஸையும் நீங்களே டீல் பண்றீங்களா இல்லை, அந்த கேஸை நான் தனியா டீல் பண்ணட்டுமான்னு கேக்கத்தான் வந்தேன்."

"நீங்களே பண்ணுங்க. வீ வில் சப்போர்ட் யூ."

"தேங்க் யூ வெரிமச்...!"

"மாதவியோட போஸ்ட் மார்ட்டம் முடிஞ்சுதா... மிஸ்டர் ஆல்பர்ட்?"

"நாட் யெட் ஸார்..."

"அந்தப் பொண்ணோட அண்ணனை நீங்க என்கொயர் பண்ணீங்களா...?"

"பண்ணினேன்... மொதல்ல தற்கொலைக்குக் காரணம் வயித்துவலின்னு சொன்னான். கொஞ்சம் மிரட்டினதுமே... சந்திரமவுலியோட விவகாரத்தைச் சொல்றான். அவனை முழுசா இன்னுமும் நம்ப முடியலை... போஸ்ட் மார்ட்டம் முடிஞ்சதும்தான் விசாரிக்கணும்..."

ஆல்பர்ட் சொல்லிக்கொண்டிருக்கும் போதே...

உள்ளறையில் உட்கார்ந்திருந்த டெலிபோன் கூப்பிட்டது. நவநீதகிருஷ்ணன் வேகமாய் போய் ரிஸீவரை எடுத்தார். காதுக்குக் கொடுத்தார்.

"ஹலோ..."

"ஸார்...! அங்கே இன்ஸ்பெக்டர் ஆல்பர்ட் இருக்காரா...?"

"நீங்க யார் பேசறது...?"

"பட்டினப்பாக்கம் 'போலீஸ் பீட்'லயிருந்து பேசறோம் ஸார்...! நான் கான்ஸ்டபிள். அவர்கிட்ட அவசரமா ஒரு செய்தியை கன்வே பண்ணனும் சார்..."

நவநீதகிருஷ்ணன் தலையை வெளியே நீட்டி போர்ட்டிகோவில் நின்றபடி அவினாஷோடு பேசிக் கொண்டிருந்த ஆல்பர்ட்டை தலையசைப்பால் கூப்பிட்டார்.

"மிஸ்டர் ஆல்பர்ட்! உங்களுக்குப் போன்..."

ஆல்பர்ட் வேகமாய் வந்து ரிஸீவரை வாங்கினார்.

"ஹலோ..."

"ஸார்... நான் கான்ஸ்டபிள் குமார்..."

"சொல்லுய்யா... என்ன விஷயம்...?"

"ஸார், அந்த கேசவன் பத்து நிமிஷத்துக்கு முன்னாடி தூக்கு போட்டுக்கிட்டு செத்துப் போனதா தகவல்... நீங்க வர்றீங்களா... ஸார்?"

ஆல்பர்ட்டின் கையிலிருந்த ரிஸீவர்...

ஒரு விநாடி நேரம் அதிர்ந்து நின்றது.

7

இன்ஸ்பெக்டர் ஆல்பர்ட், கேசவனின் வீட்டை தன் பைக்கில் நெருங்கிய போது வீட்டின் முன் அமைதியாக ஒரு கும்பல் நின்றிருந்தது. கேசவனுக்கு ரொம்பவும் பழக்கமான கிழவியொருத்தி மட்டும் மூக்கை சீந்தி பிலாக்கணம் வைத்துக் கொண்டிருந்தாள்.

"ஓம் மனசுல என்ன குறை மவராசா... பொறந்தவளோட சாம்பல் சூடு ஆர்றதுக்குள்ளே... நீ சுருக்கு மாட்டிக்கிட்டியே...! ஆயி... அப்பன் இல்லாமே..."

இன்ஸ்பெக்டர் ஆல்பர்ட்டைப் பார்த்ததும் கிழவியின் பிலாக்கணம் 'கப்'பென்று ஸ்விட்ச்சை அணைத்த மாதிரி நின்றது. அவசர அவசரமாய் கண்களைத் துடைத்துக் கொண்டு ஒதுங்கினாள்.

ஆல்பர்ட் வாசற்படி ஏறி உள்ளே போனதும்... வீட்டின் முன்னறை உத்திரத்திலேயே கேசவன் நீளமாய் தொங்கிக் கொண்டிருந்தான். உத்திரத்தில் கட்டுவதற்கு கயிற்றுக்குப் பதிலாக லுங்கியை உபயோகப்படுத்தியிருந்தான்.

வலதுகாலின் பெருவிரலில் கட்டப்பட்டு இருந்த நான்காய் மடிக்கப்பட்ட ஒரு கடிதம் காற்றில் லேசாய் படபடத்துக் கொண்டிருந்தது.

ஆல்பர்ட் கயிற்றின் முடிச்சை அவிழ்த்து... அந்தக் கடிதத்தை எடுத்துப் பிரித்துப் படித்தார். பாதிக் கடிதம் பேனாவிலும், மீதிக் கடிதம் பென்சிலிலும் எழுதப்பட்டிருந்தது.

போலீஸ் இன்ஸ்பெக்டர் அவர்களுக்கு,

தூக்கில் தொங்கிக் கொண்டிருக்கும் கேசவன் எழுதிக் கொண்டது. என்னுடைய தற்கொலைக்கு யாரையும் காரணமாக்காதீர்கள். உயிரோடு இருக்கிற யாருமே என் மரணத்துக்கு காரணமில்லை. காரணமாயிருந்த என் முதலாளி சந்திரமவுலி இப்போது உயிரோடில்லை. நியாயமாய் சந்திரமவுலியை நான்தான் தீர்த்துக் கட்டியிருக்க வேண்டும். வேறு யாரோ முந்திக் கொண்டார்கள். அந்த மகத்தான திருப்பணியைச் செய்த மகாபுருஷனை உங்க போலீஸ் இலாகா கண்டுபிடிக்க நேரிட்டால்... என்னுடைய வாழ்த்துகளை அந்த வீரனுக்கு சொல்லுங்கள், என் ஆத்மா சாந்தியடையும்.

இப்படிக்கு
கோழையாய் வாழ விரும்பாத
கேசவன்.

ஆல்பர்ட் அந்தக் கடிதத்தை மடித்து சட்டைப் பையில் பத்திரப்படுத்திக் கொண்டே... கான்ஸ்டபிளுக்கு கண்ணைக் காட்ட... அவர் கேசவனை அந்தரத்திலிருந்து கீழே கொண்டு வரும் முயற்சியில் ஈடுபட்டார்.

சந்திரமவுலியின் மனைவி ஜெயம் நான்காவது முறையாய் மயக்கத்திற்குப் போய்விட்டு கண்களை மலர்த்தியிருந்தாள். மகன் இளங்கோ அழுது அழுது சிவப்பேறிய கண்களோடு அருகே உட்கார்ந்து தாடையை தாங்கியிருந்தான், எதிரேயிருந்த நாற்காலிகளில் நவநீதகிருஷ்ணனும், அவினாஷும் போலீஸுக்கே உரிய தோரணையோடு சாய்ந்திருந்தார்கள்.

"மிஸ்டர் இளங்கோ...! நீங்களும் உங்க அம்மாவும் சொல்லக்கூடிய தகவல்களை வெச்சுத்தான் நாங்க

குற்றவாளியை நெருங்க முடியும்...! கேசவன்தான் இந்தக் கொலையை செஞ்சுருப்பான்னு நாங்க நினைச்சோம், ஆனா கேசவனுக்கும் சந்திரமவுலியோட கொலைக்கும் எந்தவிதமான சம்பந்தமும் இல்லைங்கிறது... ஊர்ஜிதமாயிடிச்சு... ஸோ கொலையாளி சம் எக்ஸ். அந்த எக்ஸை கண்டுபிடிக்கணும்ன்னா உங்க உதவி கண்டிப்பா வேணும்."

"கேளுங்க இன்ஸ்பெக்டர்..." என்றான் இளங்கோ. அழுகையில் குரல் அடைத்துப் போயிருந்தது.

"நீங்க ரெண்டு பேரும் திருச்சி கல்யாணத்துக்கு போறது திடீர்னு முடிவானதா...? இல்லை, ஏற்கனவே முடிவு பண்ணதா...?"

"ஏற்கனவே முடிவு பண்ணதுதான் இன்ஸ்பெக்டர்..."

"அப்போ... உங்க ஆபீஸ் சம்பந்தப்பட்டவங்களுக்கும்... உங்க உறவு சம்பந்தப்பட்டவங்களுக்கும் நீங்க ரெண்டு பேர் மட்டும் திருச்சிக்கு போறது தெரியும்...?"

"தெரியும்..."

"சந்திரமவுலி உங்ககூட ஏன் வரலை...?"

"ஆபிஸ்ல கொஞ்சம் இன்கம் டேக்ஸ்... சேல்ஸ் டேக்ஸ் பிராப்ளம். அப்பா இருந்து பார்க்கணும். அதனால வரலை." பேசிக் கொண்டிருந்த இளங்கோ துக்கம் விசாரிப்பதற்காக வந்த ஒரு உறவினரைப் பார்த்ததும் "எக்ஸ்க்யூஸ் மீ" என்று சொல்லி எழுந்துப் போனான்.

நவநீதகிருஷ்ணன் ஜெயத்தின் பக்கமாய் திரும்பினார்.

"உங்ககிட்டே இந்தக் கேள்வியைக் கேக்கிறதுக்காக மன்னிக்கணும்... மிஸஸ் ஜெயம்! உங்க கணவர் ஒரு வுமனைஸர்ன்னு உங்களுக்குத் தெரியுமா...?"

ஜெயம் பீறிட்டு வந்த அழுகையை அடக்கியபடி "தெரியும்" என்றாள்.

“உங்க கணவர் நெருங்கிப் பழகின பெண்கள்ல யாரையாவது உங்களுக்குத் தெரியுமா? தெரியலைன்னு சொல்லி – விஷயத்தை முடிச்சிடாதீங்க, மிஸஸ் ஜெயம். ஏன்னா இந்த கொலைக்குக் காரணம் ஒரு பெண் சம்பந்தப்பட்ட விவகாரம்தான்னு நாங்க நினைக்கிறோம்...”

புடவைத் தலைப்பால் வாயைப் பொத்தியிருந்த ஜெயம், அதை கொஞ்சமாய் விலக்கிக் கொண்டு சொன்னாள்.

“இன்ஸ்பெக்டர், அவர்க்கு மோசமான பல பொண்ணுங்ககூட தொடர்பு இருந்ததுன்னு எனக்குத் தெரியும்... ஆனா அவங்க யாரு... என்ன பேர்ங்கிற விபரமெல்லாம் எனக்குத் தெரியாது. அவர்கிட்ட இருக்கிற குடிப்பழக்கத்தையும், அந்த பெண்கள் தொடர்பையும் திருத்த எவ்வளவோ முயற்சி பண்ணேன். முடியலை.” என்று குரல் தழுதழுக்கச் சொன்ன ஜெயம் கண்களைக் துடைத்துக் கொண்டு “நான் ஒரு விஷயம் சொல்லலாமா இன்ஸ்பெக்டர்...?” என்று கேட்டாள்.

“ப்ளீஸ்... சொல்லுங்க...”

“அவரோட மரணம்... ஒரு பொண்ணு விவகாரத்தினாலே வந்திருக்கும்ன்னு சொன்னீங்க...”

“ஆமா...”

“நான் அப்படி நினைக்கலை இன்ஸ்பெக்டர்...”

“நீங்க எப்படி நினைக்கறீங்க...?”

“கம்பெனியிலேயே அவர்க்கு நிறைய எதிரிங்க இருக்காங்க... உயர்மட்டத்திலேயும் சரி கீழ்மட்டத்திலேயும் சரி...”

“நீங்க யாரையாவது குறிப்பிட்டு சொல்ல முடியுமா...?

“என்னால அப்படி குறிப்பிட்டு சொல்ல முடியாது இன்ஸ்பெக்டர்... ஆனா கொஞ்ச நாளாவே ஆபீஸ்ல எதுவுமே சரியில்லை...”

“கம்பெனியில மொத்தம் எத்தனை டைரக்டர்ஸ்?”

“என் கணவரையும் சேர்த்து அஞ்சு பேர்...”

“யார் யார்ன்னு சொல்ல முடியுமா?”

“சப்தகிரி, ஆதிமூலம், சிவசங்கர், கோபிநாதன், என் கணவர். இதுல சிவசங்கர் என்னோட தம்பி. கொஞ்ச நாளைக்கு முன்னாடிதான் அவனை ஒரு டைரக்டரா அப்பாயிண்ட் பண்ணோம்...”

“கம்பெனி கொஞ்ச நாளாவே சரியில்லைன்னு சொன்னீங்களே, எதை வெச்சு சொன்னீங்க...?”

“லேபர்ஸ் ப்ராப்ளம்... யூனியன் லீடர்ஸ் சிலபேர் பகிரங்கமாவே அவரை மிரட்டியிருந்தாங்க... டைரக்டர்ஸ் மத்தியில கோபதாபங்கள்.”

“என்ன கோபதாபங்கள்?”

“புதுசா ஆரம்பிக்கப் போற பிஸ்னஸைப் பத்தின சர்ச்சை. அதைப் பத்தி முழுவிவரத்தையும் என் தம்பிகிட்டேதான் நீங்க கேக்கணும்...”

“அவர் எங்கே...?”

“போஸ்ட்மார்ட்டம் ரிப்போர்ட்டையும் – அவரோட பாடியையும் வாங்க ஹாஸ்பிடலுக்கு போயிருக்கான் இன்ஸ்பெக்டர்.”

“சந்திரமவுலிகிட்டே ஆரம்பத்துல இருந்த பி.ஏ நிர்மலைப் பத்தி நீங்க என்ன நினைக்கிறீங்க?”

“நல்லவருங்க...”

“பின்னே ஏன் உங்க கணவர் அவரை வேலையிலிருந்து டிஸ்மிஸ் பண்ணினார்?”

“ஏதோ ஒரு முக்கியமான ஃபைலை தொலைச்சுட்டதினால அவர்க்கு கோபம் வந்து நிர்மலை வேலையிலிருந்து நிறுத்திட்டார்...”

“காரணம் அதுதானா...? இல்லை வேற ஏதாவதா...?”

“எனக்குத் தெரிஞ்ச காரணம் அது ஒண்ணுதான் இன்ஸ்பெக்டர்.”

நவநீதகிருஷ்ணன் அவினாஷின் பக்கமாய் திரும்பினார்.

“அவினாஷ்!”

“நான் இங்கே இந்த விசாரணையை முடிச்சுக்கிறேன்... நீங்க புளியந்தோப்புக்கு போய் அந்த நிர்மலை கொஞ்சம் உரசிப் பார்த்துட்டு வந்துடுங்க... அந்த ஆள் எந்தக் காரணத்துக்காக டிஸ்மிஸ் செய்யப்பட்டார்ன்னு நமக்கு தெரிஞ்சாகணும்... ப்ளீஸ் டூ இட் இம்மீடியட்லி!”

அவினாஷ் எழுந்து வெளியே நிறுத்தியிருந்த பைக்கை நோக்கி வேகமாய் போனார்.

புளியந்தோப்பு.

முதல் குறுக்குத் தெரு.

மூன்றாவது வீட்டின் முன்னால் பைக்கை மவுனமாக்கினார் அவினாஷ். குறுக்கும்நெடுக்குமாய் கம்பிகள் போட்ட அந்த வீடுதான் அந்த தெருவிலேயே கொஞ்சம் பளிச்சென்று இருந்தது.

தட்டுமுட்டாய் வேட்டியைச் சுற்றி அரைக்கை பனியன் போட்ட பெரியவர் ஒருவர் வீட்டின் முன்புற அறையிலேயே – ஈஸிச்சேரில் சாய்ந்திருந்தார்.

அவினாஷைப் பார்த்ததும் ‘சட்’டென்று எழுந்தார். குரலில் ஒரு பயம் தொற்றிக் கொள்ள, கேட்டார்.

“யார் வேணும்...சார்?”

“நிர்மலோட வீடு இதுதானே...?”

“ஆமா...”

“அவர் இருந்தா கொஞ்சம் கூப்பிடுங்க...”

“என்ன விஷயம் இன்ஸ்பெக்டர்...?”

“மொதல்ல அவரைக் கூப்பிடுங்க, விஷயத்தை அப்புறமா சொல்றேன்.” பெரியவர் கலவர முகத்தோடு – அறையிலிருந்த

மாடிப்படிகளுக்குப் பக்கத்தில் போய் நின்றுகொண்டு – மாடியை நோக்கி குரல் கொடுத்தார்.

"நிர்மல்...! டேய்... நிர்மல்..!!"

"என்னப்பா...?"

மேலேயிருந்து குரல் தத்தி தத்தி கீழே வந்தது.

"கீழே கொஞ்சம் வந்துட்டு போ..."

மேலே நாற்காலி நகர்த்தப்படும் சத்தமும் - அதைத் தொடர்ந்து மாடிப்படிகளில் யாரோ தடதடக்கும் சத்தமும் கேட்டது. அவினாஷ் பார்வையை மேலே கொண்டு போனார்.

மாடிப்படிகளில் இறங்கிக் கொண்டிருந்த நிர்மலுக்கு வயது முப்பது இருக்கலாம். நல்ல உயரம். அளவான மீசை. ஓட்டவெட்டிய சம்மர் கட். கண்களில் ஒரு மெலிதான பவர் கண்ணாடி தொற்றியிருந்தது. அவினாஷைப் பார்த்ததும் முகம் வியர்வைக்கு வந்தது.

பெரியவர் சொன்னார். "நிர்மல்! உன்னைத் தேடிக்கிட்டு இன்ஸ்பெக்டர் வந்துருக்கார்..."

அவர் அவினாஷை ஏறிட்டான்.

"எஸ்... இன்ஸ்பெக்டர்."

"நிர்மல்... நான் உங்ககூட கொஞ்சம் பேசணும்..."

"என்ன விஷயமா இன்ஸ்பெக்டர்...?"

"சந்திரமவுலிக்கு நீங்க பி.ஏவா இருந்தீங்களா...?"

"ஆமா..."

"அவர் உங்களை எதுக்காக டிஸ்மிஸ் பண்ணினார்ன்னு நான் தெரிஞ்சுக்கலாமா...?"

"ஸாரி இன்ஸ்பெக்டர்...! அவர் என்னை டிஸ்மிஸ் பண்ணலை..."

"பின்னே...?"

“நானாத்தான் அந்த போஸ்ட்டை ரிசைன் பண்ணிட்டு வந்தேன்... ஆனா அவர் தன்னோட கவுரவத்தை காப்பாத்திக்க என்னை டிஸ்மிஸ் பண்ணிட்டதா எல்லார்கிட்டேயும் சொல்லிட்டு வர்றார்...”

“என்ன காரணத்துக்காக நீங்க வேலையை ராஜினாமா பண்ணீங்க...?”

“அவர் என்னை நடத்தின விதம் சரியில்லை, இன்ஸ்பெக்டர்...”

“நடத்தின விதம் சரியில்லைன்னா... எப்படி...?”

“ஆபீஸ் விஷயங்களுக்கு மட்டும் இல்லாமே... அவரோட தனிப்பட்ட கீழ்தரமான விஷயங்களுக்கும் என்னை உபயோகப்படுத்த ஆரம்பிச்சாரு... அது எனக்குப் பிடிக்கலை...”

“எந்த மாதிரியான விஷயங்கள்?”

“லிக்கர் வாங்கிட்டு வரச் சொல்வார். ஹோட்டலுக்குப் போய் பெண்களை ஏற்பாடு பண்ணச் சொல்வார். இன்ஸ்பெக்டர்! எங்க குடும்பம் இந்த ஊர்ல மரியாதையாய் வாழற குடும்பம். என்கிட்டே எந்த விதமான கெட்ட பழக்கமும் கிடையாது. அவர் சொல்ற அந்த மட்டமான வேலைகளை நான் செஞ்சா, என்னோட இமேஜ்தான் கெடும். ஸோ ரிசைன் பண்ணேன். நான் ரெஸிக்னேஷன் லெட்டரை நீட்டினதும் அவர்க்கு கோபம் வந்துருச்சு... அதை ரெண்டா கிழிச்சு... எம் மூஞ்சியில எறிஞ்சிட்டு ஸ்டெனோவைக் கூப்பிட்டு டிஸ்மிஸ் ஆர்டரை டைப் பண்ணச் சொன்னார். நான் அந்த டிஸ்மிஸ் ஆர்டரை வாங்கிக்காமலேயே வந்துட்டேன்.”

நிர்மல் சொல்ல சொல்ல அவினாஷ் அவனையே உற்றுப் பார்த்தார். நிர்மல் கேட்டான்.

“என்ன விஷயம் இன்ஸ்பெக்டர், சந்திரமவுலி என்னைப் பத்தி ஏதாவது புகார் குடுத்திருக்கிறாரா...?”

"நோ..."

"பின்னே...?"

"இன்னிக்கு வந்த பேப்பரை நீங்க பார்க்கலையா?"

"பார்க்கலையே...! என்ன விஷயம் இன்ஸ்பெக்டர்?"

"சந்திரமவுலியை நேத்து ராத்திரி யாரோ கொலை பண்ணியிருக்காங்க. அது விஷயமா உங்களை என்கொயர் பண்ணத்தான் வந்தேன்."

தன்னுடைய முகத்தில் - சில விநாடிகள் மட்டுமே அதிர்ச்சியைக் காட்டிய நிர்மல், அடுத்து வந்த விநாடிகளில் இயல்பானான். உதட்டுக்கு ஒரு புன்னகையைக் கொடுத்தப்படியே சொன்னான்.

"இது எப்பவோ நடந்திருக்க வேண்டிய விஷயம்... ரொம்ப லேட்டா நடந்திருக்கு... கொன்னவனைக் கண்டுபிடிச்சா... அவன் கைக்கு விலங்கு போடாதீங்க இன்ஸ்பெக்டர்... அவன் கழுத்துக்கு மாலையைப் போடுங்க..."

8

இவினாஷ் நிர்மலை நோக்கி நிமிர்ந்தார். "என்ன சொல்றீங்க நிர்மல்... எப்பவோ நடந்திருக்க வேண்டிய காரியமா...?"

"எஸ் ஸார்...! சந்திரமவுலியோட எல்லா வேலைப் பத்தியும் எனக்கு நல்லாவே தெரியும். கம்பெனியில ஒரு ராஜ தர்பாரே நடத்தியிருக்கார். அவர்கிட்ட வேலை செய்யறவனோட பொண்டாட்டி அழகாயிருந்தா அவ பத்தினியா இருக்க முடியாது. எந்த வகையிலாவது அவளை படுக்கைக்கு கொண்டு வந்துடுவாரு. அவரோட இந்த குணத்தை தெரிஞ்சுகிட்டே பாதி பேர் அங்கே இருக்கறவரைக்கும் கல்யாணம் பண்ணிக்காம இருந்தாங்க..."

"அப்போ... ஆபீஸ் இருக்கிற யாராவதுதான் இந்தக் கொலையைப் பண்ணியிருப்பாங்கன்னு நீங்க நினைக்கிறீங்களா...?"

"மே... பி..."

"நேத்து ராத்திரி நீங்க எங்கே இருந்தீங்க...?"

நிர்மல் புன்னகைத்தான். "எம்மேல சந்தேகப்பட்டு விசாரணை பண்றது வேஸ்ட், இன்ஸ்பெக்டர். நேத்து ராத்திரி பூராவும் நான் மஞ்சிக்குப்பத்துல இருந்தேன். அது இங்கிருந்து அம்பது கிலோ மீட்டர் தூரத்துல இருக்குது. மஞ்சிக்குப்பம் என்னோட சொந்த கிராமம்... அந்த கிராமத்துல நேத்து காளியம்மன் பண்டிகை. விடிகாலை நாலுமணி வரைக்கும் ஜீவா படிப்பகத்துலதான் இருந்தேன்.

உங்களுக்கு சந்தேகம் இருந்தா... நீங்க அந்த கிராமத்துக்கே போய் விசாரிச்சுக்கலாம்."

"அவசியம் ஏற்பட்டா விசாரிச்சுக்கிறோம். டை... த... டை... நிர்மல் சந்திரமவுலியோட கொலை சம்பந்தமா உங்களுக்கு யார் மேலயாவது சந்தேகம் இருக்கா...?"

"எப்படி ஸார் சொல்ல முடியும்...? கம்பெனியில அவரால பாதிக்கப்பட்டவங்க நிறைய பேர் இருக்காங்களே!"

"குறிப்பிட்டு ரெண்டு மூணு பேரைச் சொல்லுங்களேன்."

"ஸாரி இன்ஸ்பெக்டர்..! எனக்கு குறிப்பிட்டு சொல்லத் தெரியலை."

"சிவசங்கரைப் பத்தி என்ன நினைக்கறீங்க...?"

"ஜெயம் அம்மாவோட தம்பியைத்தானே சொல்றீங்க?"

"எஸ்..."

"சிவசங்கர் அந்த கம்பெனியில ஒரு டைரக்டர்... அதிகமா யார் கூடவும் பேச மாட்டார்... அவர் சிரிச்சு பார்க்கிறது ரொம்பவும் அபூர்வம்..."

"சந்திரமவுலிக்கும் அவர்க்கும் டெர்மஸ் எப்படி இருந்தது?"

"சுமூகமாத்தான் இருந்தது."

"சந்திரமவுலியோட சன் இளங்கோ கேரக்டர் எப்படி?"

"அப்பாவுக்கு நேர் எதிரான குணம். விஸ்கி வாசனை பிடிக்காது. ஒரு பொண்ணு அவர்கிட்டே வந்து பேசினாலே அவர்க்கு வேர்க்கும்..."

அவினாஷ் தாடையைச் சொறிந்தபடியே எழுந்தார். மனம் தீவிரமாய் யோசிக்க வெளியே நின்றிருந்த பைக்கை நோக்கிப் போனார்.

கன்னத் தழும்புக்காரன் கட்டிலில் சாய்ந்து உட்கார்ந்திருக்க, அவன் ஜெர்கின் கோட்டிலும், ஜீன்ஸ் பேண்டிலும் அறையை குறுக்கேயும் நெடுக்கேயும் கோபமாய் நடந்தான்.

“அட...! ஏன் இப்படி நடக்கிறே?”

“அந்த கேசவனை நினைச்சா எனக்கு மனசு ஆறலை.”

“ஏன் தூக்கு போட்டுக்கிட்டானாம்?”

“தங்கச்சியோட சாவு...”

“வீட்டுக்குப் போய் டெட்பாடியை பார்த்தியா?”

“பார்த்துட்டுத்தானே வர்றேன்... அந்த சந்திரமவுலியை ஒரேயடியா அப்படி தீர்த்துக் கட்டியிருக்கக் கூடாது. அவனை எங்கேயாவது கொண்டுபோய் கட்டி வெச்சு... உடம்புல இருக்குற சதையை கொஞ்சம் கொஞ்சமா அறுத்து காக்காய்களுக்கும் கழுகுக்கும் போட்டிருக்கணும்...”

“அவனோட கதைதான் முடிஞ்சு போச்சே...! சந்திரமவுலியோட கொலை சம்பந்தமா போலீஸ் டிபார்ட்மெண்ட் என்ன சொல்லுது...”

அவன் சிரித்தான்.

“என்ன சொல்லுதா...? அவங்க இந்த கேஸ்ல திணறி திணறி சோர்ந்து போறதை அவங்க பக்கத்திலிருந்தே பார்த்து ரசிச்சுக்கிட்டிருக்கேன்...”

“சரி அடுத்தப்படியா உன்னோட ஸ்டெப் என்ன?”

“நாளைக்கு ராத்திரி உன்னோட கார் எனக்கு வேணும்...”

“நாளைக்கு ராத்திரியா...?”

“ஆமா.”

“காரை ஓர்க்ஷாப்புல விட்டிருக்கேன்.”

“சீக்கரமா ரிப்பேர் பண்ணி எடுத்துகிட்டு வா...”

“கார்தான் வேணுமா...? பைக் இருக்கு...”

“பைக் வேண்டாம்... கார்தான் வேணும்...”

“நா ஒண்ணு சொன்னா கோவிச்சுக்க மாட்டியே...?”

“மாட்டேன் சொல்லு.”

"என்னிக்கோ, எப்பவோ நடந்துபோன அந்த சம்பவங்களை ஞாபகம் வெச்சிக்கிட்டு... நீ இவ்வளவு மூர்க்கமாய் இருக்கணுமா...?"

"நம்ம ரெண்டு பேரும் போட்டிருக்கிற ஒப்பந்தபடி... நீ எனக்கு புத்திமதி சொல்லக் கூடாது. நான் கூப்பிடற நேரத்துல நீ காரோட வரணும். ஆளோட தலை எனக்கு, அங்கே கிடைக்கிற பணம், நகை உனக்கு... ஆனா அதை மீறி நீ எனக்கு புத்தி சொல்ல ஆரம்பிச்சிருக்கே..."

"ஸாரி..."

"நாளைக்கு ராத்திரி எனக்கு கார் வேணும்."

"ஓர்க் ஷாப்ல இருந்துகொண்டு வந்துடறேன்." சொல்லிக் கொண்டே கன்னத் தழும்புக்காரன் எழுந்தான்.

"போலீஸ்னால எந்த தொந்தரவும் வராதே...?"

"வராது. தைரியமா... போ!" அவன் சொல்ல, கன்னத் தழும்புக்காரன் வெளியே எழுந்து போனான். போகும்வரை காத்திருந்தவன் - அலமாரியில் இருந்த அந்த பழைய டயரியை எடுத்துக் கொண்டு – கட்டிலில் சாய்ந்தான்.

டயரியின் மேலட்டை கிழிந்து போயிருந்தது.

உள்ளேயிருந்த காகிதங்கள் பழுப்பேறிப் போயிருந்தது.

அவன் முதல் பக்கத்தை திருப்பினான்.

1968 – புத்தாண்டு வாழ்த்துக்களோடு – பெட்டிக்கடை சோமு பெயரைப் பார்த்ததுமே மூளைக்குள் ஃபிளாஷ்பேக்காய் அந்த காட்சி அடித்தது.

"சோமு அண்ணா, எனக்கு அந்த டயரியை தர்றியா...?"

"அது போன வருஷ டயரிடா, குமார்." நாற்பது வயதான பெட்டிக்கடை சோமு – பனிரெண்டு வயதான குமாரிடம் சொன்னார்.

"பரவாயில்லை அண்ணா, குடுங்க..."

"உனக்கெதுக்குடா டயரி...?"

“பங்களால இருக்கிற முதலாளி அய்யா தெனமும் ராத்திரியானா அன்னிக்கன்னிக்கு நடந்ததை அப்படியே டயரில எழுதுவார். அதுமாதிரி நானும் எழுதப் போறேன்...”

பெட்டிக்கடை சோமு தன் வெற்றிலைக் காவி ஏறிய பற்களைக் காட்டி சிரித்தார்.

“நீ டயரி எழுதப் போறியா...? என்னான்னு எழுதுவே?”

“நான் பள்ளிக்கூடத்துக்கு போனேன். பாடம் படிச்சேன். இந்த வாத்தியார் அடிச்சார். சாய்ந்திரம் சீனுகூட சண்டை போட்டேன். அப்பாவும் நானும் கடைவீதிக்கு போனோம். இப்படி ஏதாவது எழுதுவேன்.”

பெட்டிக்கடை சோமு புன்னகைத்தார். “நீ தினமும் டயரி எழுதி என்கிட்டே காட்டறதா இருந்தா...! உனக்கு புது டயரியே தர்றேன்...”

“காட்றேன் அண்ணா...”

1968–ம் வருஷத்திய டயரியை எடுத்து தன் கையெழுத்தை போட்டுக் கொடுத்தார் சோமு.

ஃப்ளாஷ்பேக் காட்சி கொஞ்சம் கொஞ்சமாய் சாயம் போய்விட டயரியின் தாள்களைத் தள்ளினான்.

ஜனவரி – 1

கிறுக்கலான கையெழுத்தில் ‘அப்பாவும் நானும் மயிலாப்பூரில் கபாலீஸ்வரர் கோயிலுக்கு போனோம். பஸ் கிடைத்து பங்களா வேலைக்கு வர லேட்டானதால் முதலாளி அப்பாவையும் என்னையும் திட்டினார்.’ அந்த கையெழுத்தைப் பார்த்ததும் –

அந்த சம்பவம் எங்கிருந்தோ ஓடிவந்து மனத்திரையில் ஆக்ரமித்தது. அவன் கண்களை மூடினான்.

பட்டு வேஷ்டி-சர்ட், அங்கவஸ்திரத்தோடு எத்திராஜுலு புல்வெளியில் உட்கார்ந்து பேப்பர் படித்துக் கொண்டிருந்தார். நேற்று ராத்திரி கிளப்பில் குடித்த விஸ்கி – அவருடைய சின்ன

கண்களில் சிவப்பாய் உறைந்து போயிருந்தது. பெரிய சைஸ் மூக்குக்குக் கீழே கைப்பிடி அளவு மீசையை கத்திரிக்கோல் காட்டாமல் வளர்த்து வைத்து இருந்தார்.

"காலையில எந்திரிச்சதும் எங்கடா போயிருந்தே வேலய்யா?"

"கோயிலுக்கு சாமி"

"கோயிலுக்கா...?"

"ஆமாஞ்சாமி! இன்னிக்கு வருஷ பொறப்பு... பையனையும் கூட்டிகிட்டு கோயிலுக்கு போயிட்டு வந்தேனுங்க..."

"என்கிட்டே ஏண்டா சொல்லல்லே...?"

"நீங்க தூங்கிட்டிருந்தீங்க சாமி..."

"நான் தூங்கிட்டிருந்தா எந்திரிக்கவே மாட்டேனா? செத்தாப் போயிட்டேன்..."

"சாமி மன்னிக்கணும்... தோட்ட வேலை பங்காருகிட்டே சொல்லிட்டுத்தாங்க போனேன்." வேலைய்யா சொல்லிக் கொண்டிருக்கும்போதே எத்திராஜீலு நாற்காலியினின்றும் எழுந்தார்.

"யார்கிட்டேடா சொல்லிட்டுப் போனே?"

"தோட்ட வேலை பங்காரு கிட்டே..."

"மாசம் பொறந்தா அவனா உனக்கு சம்பளம் தர்றான். நீயும் உன்னோட மகனும் மூணு நேரமும் என்னோட பங்களால கொட்டிக்கிறீங்களா? இல்ல அந்த பரதேசி பங்காரு வீட்ல கொட்டிக்கிறீங்களா...? நீயெல்லாம் கோயிலுக்கு வரலேன்னு அந்த கபாலீஸ்வரர் கையை புடிச்சு இழுத்தாரா...?

"சாமி! இன்னிக்கு வருஷப் பொறப்பு... பையன் கோயிலுக்குப் போகணும்ன்னு ரொம்ப ஆசைப்பட்..." வேலய்யா பேச்சை முடிக்கவில்லை... எத்திராஜுலுவின் வலதுகை முழு மூர்க்கத்தோடு வேலய்யாவின் கன்னத்தில்

சுரீரென்று பதிந்தது. அடியின் வேகம் தாங்காமல் புல்வெளியிலேயே சுருண்டு விழுந்தான் வேலய்யா.

"அய்யா... எங்கப்பாவை அடிக்காதீங்க...! இனிமே அவரை கோயிலுக்கு கூட்டிப்போக சொல்ல மாட்டேன்..." குமார் ஓடிப்போய் எத்திராஜுலுவின் முன் நின்றான். அவர் அவன் தலை முடியைக் கொத்தாய்ப் பற்றினார். ஆவேசமாய் உலுக்கினார்.

"சும்மா இருக்கமுடியாமே, உங்கப்பன் உன்னை வேற பெத்துட்டான்... நல்லவேளை உங்க அம்மாகாரி செத்துட்டா... இல்லேன்னா... உங்க அப்பன் இன்னும் நாலைஞ்சைப் பெத்திருப்பான்..." அனலாய் வார்த்தைகளை சொல்லிவிட்டு கோபமாய் பங்காளவுக்குள் செல்லும் எத்திராஜுலுவை விழிகள் தெறிக்கப் பார்த்தான் குமார். பார்த்துக் கொண்டிருக்கும் போதே முதுகில் பளீரென்று ஓர் அடி விழ துடித்துப் போய் திரும்பினான்.

எத்திராஜுலுவின் பனிரெண்டு வயது மகன் தேவு உஷ்ணமாய் முறைத்துக் கொண்டு நின்றான். "என்னடா எங்கப்பாவை முறைச்சுப் பார்த்துக்கிட்டிருக்கே..."

"உங்கப்பா எங்கப்பாவை அடிச்சிட்டார் தேவு..."

"தப்புப் பண்ணினா எங்க அப்பா அப்படித்தான் அடிப்பார். ஆமா உனக்கேதுடா இந்த புதுச்சட்டை..."

"எங்கப்பா எடுத்து குடுத்தாரு..."

"உனக்கு எதுக்குடா சட்டை...? கழட்றான்னா!" சட்டையின் நெஞ்சுப்பகுதியில் கையை வைத்து ஒரு இழுப்பு இழுத்தான் தேவு.

அந்த மலிவான சட்டை அந்த விநாடியே டர்ரென்று கிழிந்து குமாரின் உடம்பைக் காட்டியது.

வேலய்யா ஓடி வந்தான்.

"சின்ன எஜமான்... இப்படி பண்ணீட்டிங்களே...? புது வருஷப் பொறப்புக்காக தெச்ச சர்ட்டுங்க..."

அந்த தேவு சிரித்தான். சொல்லிக் கொண்டே ஓடினான். “டெய்லர் கடையில போய் இதையும் தெச்சுக்க போ...”

கதவு தட்டப்படும் சத்தம் கேட்டு ஃப்ளாஷ்பேக் கலைந்தது. டயரியை மூடி வைத்துவிட்டு எழுந்தான்.

“யாரது...?”

“நான்தான்...!” கன்னத் தழும்புக்காரன் குரல் கேட்டது.

போய் கதவைத் திறந்தான்.

அவன் பதட்டமாய் உள்ளே நுழைந்தான்.

“என்ன...?”

“உன்னோட பழைய பேரைச் சொல்லி எவனோ ஒருத்தன் உன்னை விசாரிச்சுகிட்டு இந்த வீதியில திரிஞ்சுட்டிருக்கான். என்கிட்டயும் விசாரிச்சான்.”

“என் பழைய பேரைச் சொல்லி விசாரிக்கிறானா?”

“ஆமா...! அந்த ஜன்னல் வழியா வந்து பாரு...”

அவன் ஜன்னல் வழியே பார்வையைப் போட்டு ஒரு டீக்கடை வாசலில் நின்றுக்கொண்டிருந்த அவனைப் பார்த்தான்.

நெஞ்சின் கோடியில் ஒரு உதைப்பு வாங்கினான்.

9

கன்னத் தழும்புக்காரன் கேட்டான். "குமார்! அவன் யாரு? அவனோட மூஞ்சியைப் பார்த்ததுமே ஏன் உன்னோட முகம் மாறுது...?"

"காரணத்தை அப்புறமா சொல்றேன். நான் இருக்கிறதா அவன்கிட்டே சொல்லிட்டியா...?"

"சொல்லிட்டேன்..."

"பெரிய மடத்தனம் பண்ணிட்டே....!"

"சரி, இப்போ போய் இல்லேன்னு சொல்லிடட்டுமா...?"

"வேண்டாம். அவனுக்கு சந்தேகம் வந்துடும். நான் அவனை டீல் பண்ணிக்கிறேன். நீ ஒதுங்கிடு..."

"சரி..." கன்னத் தழும்புக்காரன் தலையாட்டிக் கொண்டே வீட்டின் வாசலில் இறங்கி நடந்தான்.

அந்த புதியவன் வீட்டின் அருகே வந்து சத்தமாகக் குரல் கொடுத்தான்.

"குமார்...! குமார்...!!"

குமார் அறையிலிருந்து வெளிப்பட்டான்.

"வா காயாம்பூ...! நான் இங்கே இருக்கிறதா உனக்கு யாரு சொன்னது...?" கேட்டுக்கொண்டே கயிற்றுக் கட்டிலை இழுத்துப் போட்டான் குமார்.

அந்த திடகாத்திரமான காயம்பூ – தன் ஆறடி உயர உடம்பை அதில் கிடத்தினான். கைப்பிடி புல்லை பிடுங்கி – மேலுதட்டுக்கு

மேலே ஒட்டவைத்த மாதிரியான மீசைக்கு கீழே – வெள்ளையாய் மொச்சைப் பற்களைக் காட்டிச் சிரித்தான்.

"என்ன குமார்... ஆளே ரொம்பவும் மாறிட்டே...?"

"நான் கேட்ட கேள்விக்கு நீ இன்னும் பதிலே சொல்லலை."

"நீ என்ன கேட்டே...?"

"நான் இங்கே இருக்கிறதா யாரு உனக்கு சொன்னா...?"

"யாரும் சொல்லலை."

"அப்பறம்...?"

"நேத்து காலையில மவுண்ட்ரோட்ல வெச்சு உன்னைப் பார்த்தேன். பார்த்ததுமே எனக்கு ஆச்சர்யமா போச்சு. அட நீயான்னு ரொம்ப நேரம் உத்து பார்த்தேன். நீயேதான்னு முடிவு பண்ண பத்து நிமிஷமாச்சு. நீ பைக்ல ஏறி கிளம்பினதும் ஒரு ஆட்டோ வெச்சு உன்னை ஃபாலோ பண்ணேன். வீட்டைப் பார்த்துக்கிட்டேன். உன்னையப் பத்தி முக்குபெட்டிக் கடையில விசாரிச்சுக்கிட்டேன். எப்படியோ படிச்சு ஒரு வேலையையும் வாங்கிட்டே போல.... பகல் பூராவும் டீஸண்ட்டா ஒரு வேலை. ராத்திரியான உருவத்தையும் ட்ரஸ்ஸையும் மாத்திக்கிட்டு இந்த அழுக்கான வீட்டுக்கு வந்துடறே. அந்த கன்னத் தழும்புக்காரன் கூட சேர்ந்துகிட்டு கார்ல எங்கயோ போறே...வர்ற...! எதுக்காக இந்த ரெட்டை வேஷம்?"

குமார் திடுக்கிட்டுப்போய் அவனைப் பார்த்தான்.

கயாம்பூ மீசையை வருடிக்கொண்டே பேச்சைத் தொடர்ந்தான். "இந்த மாதிரியான டபுள் ஆக்டெல்லாம் சினிமாவலதான் பார்த்திருக்கேன். நீ என்னடான்னா கண்முன்னாடியே நடத்தி காட்றே, என்ன ப்ராப்ளம் நம்ம கையில சொல்லு..."

"காயாம்பூ... அதெல்லாம் உனக்குத் தேவையில்லாத விஷயம். நீ எதையும் கண்டுக்காம போயிட்டே இரு..."

“அப்படி என்னால போக முடியாதே குமார். நீயும் நானும் பதினாலு வயசிலிருந்து பதினெட்டு வயசு வரைக்கும் சிறுவர் சீர்திருத்த சிறைச்சாலையில ஒரே செல்லுலதானே இருந்தோம். ரெண்டு பேரும் எவ்வளவு பேச்சு பேசியிருப்போம். உங்கப்பாவை...”

“காயாம்பூ...!!!” கத்தினான் குமார்.

“என்னடா...?”

“பழைய உறவைப் புதுப்பிச்சுக்கலாம்ன்னு வந்தியா...?”

“அப்படித்தான்னு வெச்சுக்கோயேன்... நீ ஜெயில்லிருந்து வெளியே வந்ததும் எப்படியோ படிச்சு முன்னுக்கு வந்து இந்த வேலைல இருக்கே... ஆனா என்னால ஒரு நல்ல வேலையை சம்பாதிச்சுக்க முடியலையே... ஏதோ ஒரு தொழில் பண்ணி நாளை ஓட்டிக்கிட்டிருக்கேன்...”

“என்ன தொழில் பண்றே...?”

“அதெல்லாம் உன்கிட்டே சொல்லிக்கிற மாதிரி கவுரவமான தொழில் இல்லை. என்னோட நாறிப்போன கதை ஒரு பக்கம் இருக்கட்டும். உன்னைப்பத்தி சொல்லு. எதுக்காக இந்த ரெட்டை வேஷம்..? பகல்ல நீ பார்க்கிற வேலைக்கும்... ராத்திரியில நீ இருக்கிற கோலத்துக்கும்... எதுவும் ஒட்ட மாட்டேங்குதே...”

“நீ அவசியம் அதை தெரிஞ்சுக்கத்தான் வேணுமா... காயம்பூ...”

“ஆமா...!”

“சரி...! வெளியே போவோம். இந்த வீட்ல உட்கார்ந்துட்டு பேச அவகாசம் இல்லை... யாராவது ஒருத்தர் என்னைத் தேடி வந்துட்டே இருப்பாங்க.”

“எங்கே போலாம்...?

“ஏதாவது ஒரு ஹோட்டலுக்கு...”

“ரொம்ப நாள் கழிச்சு உன்னை பார்க்கிறேன் குமாரு. ஏதாவது ஒரு ‘பார்’க்கு கூட்டிப்போய் அந்நியத் தண்ணி வாங்கிக் கொடேன்...”

"குடிச்சு வேற பழகிட்டியா...?"

"ஜெயில்லிருந்து வந்ததுமே ஆரம்பிச்சுட்டேன். எனக்கு ஏத்த மாதிரி நம்ம கவர்ன்மெண்ட்டும் சாராயக் கடைகளைத் திறந்து விட்டிருந்தாங்க... நம்மளை மாதிரியான ஆசாமிகளை நம்பித்தானே கவர்ன்மென்ட் கடை திறக்கிறாங்க. அவங்களை ஏமாத்தலாமா...?"

"உனக்கு சீம தீர்த்தம் வேணும்... அவ்வளவு தானே?"

"ஆமா..."

"கிளம்பு..."

"எதுலே போறோம்?"

வீட்டின் தாழ்வாரத்தைக் காட்டினான் குமார். ஒரு பழைய போர்வையால் உடம்பை மூடிக்கொண்டு அந்த பழைய பைக் தெரிந்தது.

"பைக் பழசு மாதிரி தெரியுது...?"

"ஆனா ராக்கெட் மாதிரி பறக்கும்."

குமார் பைக்கை நோக்கிப் போனான்.

அந்த ராத்திரி வேளையில் பைக் ஒரு சின்ன கத்தி வீச்சாய் பறந்து கொண்டிருந்தது.

பில்லியனில் உட்கார்ந்திருந்த காயாம்பூ எதிர்காற்றில் மூச்சு முட்டினான். "யம்மாடி என்ன வேகம்...? பார்க்கிறதுக்கு மாவு மெஷின் மாதிரி இருந்தாலும் துப்பாக்கி குண்டாட்டம் பறக்குதே!"

"இன்னும் வேகமா போகட்டா...?" ஆக்ஸிலேட்டரை முடுக்கினான் குமார்.

"வேண்டாம்... குமார். கொஞ்சம் மெதுவாவே போ...! ஆமா நாம இப்போ எந்த 'பார்'க்கு போறோம்...?"

"மூன் லைட் பார்!"

"அது எங்கிருக்கு...?"

“சிட்டி லிமிட்டிலிருந்து மூணு கிலோ மீட்டர் போகணும்...”

“ஏன் அவ்வளவு தூரம் போகணும்... சிட்டிக்குள்ளேயே நிறைய பார் இருக்கே?”

“இருக்கு காயாம்பூ... ஆனா நான் அதுக்கு போனா என்னை அடையாளம் தெரிஞ்சுக்குவாங்க. அதான் சிட்டி லிமிட்டை தாண்டியிருக்கிற மூன் லைட் பார்க்கு போறோம்.”

“அங்கே எல்லாமே கிடைக்குமா...?”

“சொர்க்கமே கிடைக்கும்!”

ஹைவேஸ் நெடுஞ்சாலையின் இருட்டுக்குள் பைக் அமிழ்ந்து சாலையோர புளிய மரங்களுக்கு கீழே வேகம் எடுத்து பறந்து கொண்டிருந்தது. எதிரே வந்த லாரிகள் பிசாசு வேகத்தோடு ரோட்டை அடைத்துக் கொண்டு போயிற்று.

“குமார்...”

“ம்...”

“உன்னோட ரெட்டை வேஷத்துக்கு என்ன காரணம்ன்னு இப்பவாவது சொல்லேன்? ஜெயில்லிருந்து வந்ததும் என்ன பண்ணினே?”

குமார் சில வினாடி மவுனத்துக்கு பின் சொன்னான். “சின்ன வயசிலிருந்தே எம்மேல அன்பு காட்டின ஒரு பாதிரியார்கிட்ட போய் அடைக்கலம் புகுந்தேன். அவர் என்னை ஒரு கிறஸ்தவ மிஷின் பள்ளிக்கூடத்துல சேர்த்துவிட்டார். விட்ட படிப்பை படிக்க ஆரம்பிச்சேன். இந்த ஏழு வருஷத்துக்குள்ளே ஒரு பி.ஏ பட்டத்தையும் – வேலையையும் தேடிக்கிட்டேன்.”

“சரி...! அது உன் வாழ்க்கையோட வெளிச்சமான பகுதி. இந்த இருட்டான வாழ்க்கையைப் பத்தி சொல்லு எதுக்காக இந்த பரட்டை விக், வித்தியாசமான மீசை, ஜெர்கின் கோட்?”

காயாம்பூ கேட்டுக் கொண்டிருக்கும் போதே –

பைக் ‘டகர... டகர’ என்று ஈனஸ்வரத்திதில் கத்திக் கொண்டே வேகம் குறைந்து போய் ரோட்டோர இருட்டில் நின்றது. தன் ஹெட்லைட் கண்ணையும் மூடிக் கொண்டது.

"என்னாச்சு குமார்...?"

"தெரியலை. கொஞ்சம் கீழே இறங்கு காயாம்பூ..."

அவன் இறங்கினான்.

"பெட்ரோல் ஆயிடுச்சோ என்னவோ...?"

"பார்த்துடலாம்" பைக்கை ஸ்டாண்ட் இட்டு நிறுத்தி விட்டு – குமார் டூல்ஸ் பாக்ஸ் அருகே வந்தான். சுற்றும் முற்றும் செழிப்பான இருட்டு.

"காயாம்பூ..."

"ம்..."

"உன்கிட்டே லைட்டர் இருக்கா...?"

"இல்லையே...! வத்திப் பெட்டி இருக்கு..."

"ஒரு குச்சியை எடுத்து உரசு..."

காயாம்பூ இருட்டில் கண்ணைக் கொட்டிக்கொண்டே - தீப்பெட்டியை எடுத்து – திறந்து - ஒரு குச்சியை எடுத்து 'சரக்' என்றான். தீக்குச்சியின் தலை எரிந்து – ஒளிர்ந்தது.

"காயாம்பூ...! எரியற தீக்குச்சியை உன் நெஞ்சுக்குக் கீழே கொஞ்சம் பிடி."

அவன் பிடித்தான்.

அடுத்த வினாடி –

குமாரின் கையில் பளபளப்பாய் - அரையடி நீளத்திற்கு தெரிந்த அந்த கத்தி குபீரென்று காயாம்பூவின் வயிற்றில் பாய்ந்தது. தீக்குச்சி அணைந்து போய் - எகிறி விழ – காயாம்பூ சத்தம் போடாமல் - வயிற்றைப் பிடித்துக் கொண்டு – முன்பக்கமாய் ஒரு பேப்பர் மாதிரி மடங்கி விழுந்தான். குமார் தன் பேண்ட் பாக்கெட்டில் இருந்த – பென் டார்ச்சை எடுத்து – அதன் பட்டனைத் தட்டி ஒரு வெளிச்சக் கீற்றைக் கொண்டு வந்தான்.

காயாம்பூ பீறிட்டுக் கொண்டிருந்த ரத்தத்தோடு - ஸ்லோமோஷனில் துடித்து கொஞ்சம் கொஞ்சமாய் உயிரை விட்டுக் கொண்டிருந்தான்.

"ஸாரி காயாம்பூ! என் வாழ்க்கையோட ரெண்டு பக்கங்களையும் மோப்பம் பிடிச்சுகிட்ட நீ சும்மா இருக்கமாட்டே... ஒண்ணு என்னை ப்ளாக் மெயில் பண்ணுவே. இல்லேன்னா இந்த விஷயத்தை நாலு பேர்க்கு சொல்லுவே. என்னை மோப்பம் பிடிச்சுகிட்ட எவனும் உயிரோட இருக்க முடியாது. இருக்கவும் கூடாது. எனக்கிடப்பட்ட கட்டளை ஒண்ணு இருக்கு. அந்த கட்டளைக்கு நான் சிரத்தையா பணிஞ்சாகணும். அந்த கட்டளைக்கு இடையூறா நிக்கற யாரையும் நான் உயிரோட விட்டுவைக்க மாட்டேன், காயாம்பூ. ஏதோ லாரி ஒண்ணு நம்ம பக்கத்துல வர்ற மாதிரி இருக்கு... இனிமேலயும் நான் இங்கே இருக்கக்கூடாது."

பைக்கை ஸ்டாண்டினின்றும் விடுவித்து –

கிக்கரை உதைத்தான். அது ஒரே உதையில் உயிர்பிடித்துக் கொண்டு கதறியது. "என் கைக்கு இந்த பைக் வந்த நாளிலிருந்து – ஒரு தடவைகூட ரிப்பேரானதில்லை. ஆனா தேவைப்பட்டா ரிப்பேர் ஆன மாதிரி நடிக்கும். வரட்டுமா காயாம்பூ..."

வீறிட்டது டெலிபோன்.

பார்த்துக் கொண்டிருந்த கேஸ் ஹிஸ்டரியை மேஜையின் மூலைக்குத் தள்ளி வைத்துவிட்டு ரிஸீவரை எடுத்தார் இன்ஸ்பெக்டர் ஆல்பர்ட்.

"ஹலோ..."

"ஜி.ஹெச்சிலிருந்து டாக்டர் மதனகோபால் பேசறேன். இன்ஸ்பெக்டர் ஆல்பர்ட் இருக்காரா?"

"ஐ'ம் ஆல்பர்ட் டாக்டர்..."

"இன்ஸ்பெக்டர்! நீங்க உடனே ஜி.ஹெச் வரணும்."

"என்னாச்சு டாக்டர்?"

"ஒரு கத்தி குத்து கேஸ் உங்க போலீஸ் பீட் எல்லைக்குள்ளே நடந்திருக்கு...! ஹைவேஸ் ரோட்ல கத்திக்குத்து காயத்தோட கிடந்த ஒருத்தரை மெட்டடர் வேன்ல வந்த டிரைவர் அதுல எடுத்து போட்டுக்கிட்டு ஆஸ்பிடலுக்கு வந்திருக்கார்."

ஆல்பர்ட் கோபமானார்.

"அந்த ஆள் போலீஸுக்கு தகவல் சொல்லாமே க்ரைம் சீனை எதுக்காக டிஸ்டர்ப் பண்ணி பாடியை ஹாஸ்பிட்டலுக்குக் கொண்டு வந்தாரு...?"

"இன்ஸ்பெக்டர்! கத்திக்குத்துப்பட்ட அந்த ஆளு இன்னும் சாகலை. உயிர் இருக்கு. ப்ளட்டும், ஆக்ஸிஜனும் உடனடியா செலுத்தினா பிழைக்க பாதி சான்ஸ் இருக்கு. மரண வாக்குமூலம் வாங்கிக்கறதானாலும் வாங்கிக்கலாம். வர்றீங்களா?"

"இதோ புறப்பட்டேன் டாக்டர்."

ஆல்பர்ட் எழுந்து தலைக்கு தொப்பியைக் கொடுத்துக் கொண்டே வாசலில் நின்றிருந்த ஜீப்பை நோக்கி ஓடினார். இரண்டு கான்ஸ்டபிள்களையும் திரட்டிக் கொண்டார்.

அடுத்த சில நிமிடங்களில்–

டாக்டர் மதனகோபாலின் அறையில் இருந்தார்.

அவர் சொன்னார்.

"கத்திக்குத்து விழுந்த இடம் கல்லீரலுக்கு கொஞ்சம் தள்ளி. ஸோ...! உயிர் தப்பியிருக்கான். ரத்தம் நிறைய சேதமாயிருக்கு. தேவையான ரத்தம் பிளட் பேங்க்ல இல்லை. மத்த ஆஸ்பிடல்ஸ்க்கு தகவல் கொடுத்திருக்கேன்."

"பேஷண்ட்க்கு நினைவு இருக்கா டாக்டர்?"

"இல்லை. ஒரு இஞ்ஜெக்ஷனைப் போட்டு ஆக்ஸிஜன் மாஸ்க் வெச்சிருக்கேன். இன்னும் கொஞ்ச நேரத்துல ஞாபகம் வரலாம். அவனைக் குத்தினது யாருங்கற விபரங்களை சொல்லலாம். பட் பேச்சு வருமாங்கிறது சந்தேகம்தான்."

இன்டென்ஸிவ் வார்டுக்கு வெளியே –

எல்லோரும் காத்திருந்தார்கள்.

பதினைந்து நிமிஷம் கழித்து வார்டிலிருந்து நர்ஸ் பதட்டமாக ஓடி வந்தாள்.

“டாக்டர்! பேஷண்டுக்கு ஞாபகம் வந்தாச்சு.”

முதல் ஆளாய் இன்ஸ்பெக்டர் ஆல்பர்ட் வார்டுக்குள் பாய்ந்தார். பின்னால் டாக்டர் தொடர்ந்தார்.

10

துளித்துளியாய் ரத்தமும் ஆக்ஸிஜனும் ட்யூப்புகள் வழியே பயணம் செய்து கொண்டிருக்க, காயாம்பூ மெல்ல கண் விழிக்க முயன்றான். கண்ணிமைகள் பட படவென்று அடித்துக் கொண்டன. ஆல்பர்ட் உடன் வந்து கொண்டிருந்த டாக்டரை நிறுத்தினார்.

"டாக்டர்!"

"என்ன இன்ஸ்பெக்டர்?"

"இவன் பழைய கேடி. பழைய குற்றவாளிகள் ஆல்பத்துல இவனோட போட்டோ இருக்கு... போலீஸ் யூனிஃபார்மைப் பார்த்தா நிச்சயம் மிரளுவான். பேச்சு வராது. அதனால நீங்க அவன்கிட்டே பக்குவமா விசாரிங்க... நானும் கான்ஸ்டபிளும் உங்க பின்னாடி கொஞ்சம் தள்ளியே நிக்கிறோம்."

டாக்டர் மட்டும் காயாம்பூவை நோக்கிப் போனார். அவனருகே குனிந்தார். காயாம்பூ மூச்சுவிட சிரமப்பட்டுக் கொண்டிருந்தான்.

"உம் பேரென்னப்பா...?"

"கா... கா... கா... ய..."

"உன்னைக் குத்தினது யாரு...?"

"கி... கி... கி..."

நாக்கு ஒத்துழைக்க மறுத்தது. வாய்க்குள்ளேயே சுழன்றது. கடைவாய் பற்களை நறநறவென்று கடித்தான். டாக்டர் விடாமல் கேட்டார்.

"சொல்லு உன்னைக் குத்தினது யாரு...?"

"கி... கி... கி... கி..." என்று மறுபடியும் ஆரம்பித்தவன் – அதை முடிக்க முடியாமலேயே மயக்கத்திற்குப் போனான்.

டாக்டர் சோர்வாய் எழுந்தார். ஆல்பர்ட்டிடம் வந்தார்.

"என்ன டாக்டர்?"

"ஆள் மறுபடியும் மயக்கமாயிட்டான்..."

"மயக்கம் எப்போ தெளியும்...?"

"இன்னும் அரைமணி நேரமாகும்."

"அவன் என்ன சொன்னான் டாக்டர்...?"

"தன்னோட பேரை சொல்ல முயற்சி பண்ணினான் முடியலை, தன்னைக் குத்தினவன் பேரையும் சொல்றதுக்கு ட்ரை பண்ணினான். அதுவும் முடியலை... 'கி'னு எழுத்துல கொலையாளியோட பேர் ஆரம்பமாகுது..."

"கி எழுத்துல ஆரம்பிக்கிற பேரா...?" தீவிரமாய் யோசித்தார் ஆல்பர்ட். இரண்டு நிமிடங்களுக்குப் பின் நிமிர்ந்தார்.

"கான்ஸ்டபிள்..."

"ஸார்..."

"நீ ஸ்டேஷனுக்கு கிளம்பிப்போய்... அந்த சூட்கேஸ் லிஃப்டர்ஸ் ஆல்பம் எடுத்துட்டு வந்துடு. இவனை நான் அந்த ஆல்பத்துல பார்த்த மாதிரி ஞாபகம்... இந்தக் கத்திக்குத்து சம்பவம், இவனோட தொழில் எதிரிங்க மூலமா நடந்திருக்கலாம். அந்த எதிரிங்க யாரோட பேர் 'கி'யில ஆரம்பமாகுதுன்னு பார்க்கணும்..."

"எஸ்... ஸார்..."

கான்ஸ்டபிள் ஹாஸ்பிடலின் வெளிவாசலை நோக்கி வேகமாய் போனார்.

நேரம் கொஞ்சம் கொஞ்சமாய் நழுவி – ஒரு மணியைத் தொட்டுக் கொண்டிருந்தது. ஜி.ஹெச் பூராவும் கருப்பு சாயத்தைக் கரைத்து ஊற்றின மாதிரி இருட்டு. ஏதோ ஒரு வார்டில் சோகையாய் தெரியும் வெளிச்சம். ஒரு நோயாளியின் பிடிவாத இருமல்.

இன்டென்ஸிவ் வார்டுக்குப் பக்கத்திலிருந்த டாக்டர் மதனகோபாலின் அறையில் தொப்பியில்லாத தலையை மேஜையின் மேல் கவிழ்த்து லேசான தூக்கத்திற்கு அமிழ்ந்து போயிருந்தார் இன்ஸ்பெக்டர் ஆல்பர்ட்.

ராத்திரி நேர ரவுண்ட்ஸை முடித்துக்கொண்டு அறைக்குள் நுழைந்த மதனகோபால் உட்காருவதற்காக நாற்காலியை நகர்த்தியபோது ஆல்பர்ட் சட்டென்று விழித்துக் கொண்டார். டாக்டரைப் பார்த்ததும் நிமிர்ந்து உட்கார்ந்தார்.

"அந்த பேஷண்ட் எப்பிடியிருக்கான், டாக்டர்...?"

"இன்னும் ஞாபகம் வரலை..."

"இவன் ஒரு சூட்கேஸ் லிஃப்ட்டரா இருப்பான்னு நினைச்சேன். ஆனா, ஆல்பத்துல இவன் போட்டோவே இல்லை..."

"எப்படியும் விடியறதுக்குள்ளே... அவனுக்குத் தெளிவா ஞாபகம் வந்துடும் இன்ஸ்பெக்டர். கொடுத்த ரத்தத்தை உடம்பு ஏத்துகிச்சு. பொழச்சுடுவான்... நோ ப்ராப்ளம். உங்களுக்கு தூக்கம் வந்தா... அப்படி அந்த கட்டில்ல படுத்துக்கலாமே...?"

"நோ... டாக்டர்! எனக்கு இந்த மேஜையே போதும். காலை நீட்டி வசதியா படுத்தா நல்லா தூங்கிடுவேன். இப்ப அந்தத் தூக்கமும் வேண்டாம். இன்டென்ஸிவ் வார்டல இருக்கிற நர்ஸ் எந்த நிமிஷமும் குரல் கொடுக்கலாம். நான் உடனே எழுந்து போக தயாராகணும்."

"அப்போ நான் ரெஸ்ட் எடுத்துக்கலாமில்லயா...?"

"என்னை கேட்கணுமா என்ன டாக்டர்?"

"அது ஒண்ணுமில்ல நேத்து ராத்திரியும் எனக்கு தூக்கமில்லை இன்ஸ்பெக்டர்! கிட்னி ட்ரான்ஸ்ப்ளான்ட் ஆபரேஷன் ஒண்ணை செஞ்சு முடிச்சேன்."

"நீங்க தூங்குங்க டாக்டர்...! நர்ஸ் வந்து சொன்னதும் நான் பேஷண்டை பார்த்து வாக்குமூலம் வாங்கிக்கறேன்..."

"உங்ககூட வந்த கான்ஸ்டபிள்ஸ் எங்கே...?"

"முன்கேட்ல ஒருத்தரையும், பின்கேட்ல ஒருத்தரையும் போட்டிருக்கேன், டாக்டர்..."

"எதுக்கு...?"

"இவனை கத்தியால குத்தி கொலை பண்ண முயற்சி செஞ்ச நபர் – மறுபடியும் வந்து இவனைத் தாக்க முயற்சி பண்ணலாம். அதுக்காகத்தான் இந்த பாதுகாப்பு. கத்தியால குத்தினவன் இவன் செத்திருப்பான்னு நினைச்சுதான் விட்டுட்டு போயிருப்பான். இவன் சாகலைங்கிற விஷயம் இந்நேரம் அந்த கொலையாளிக்கு தெரிஞ்சிருந்தா... நிச்சயமா அவன் ஏதாவது ஒரு ரூபத்துல உள்ளே நுழைவான். கொஞ்சம் சந்தேகப்படற மாதிரி யார் உள்ளே நுழைஞ்சாலும் சரி... ஆளை விசாரணை பண்ணச் சொல்லியிருக்கேன் டாக்டர்."

"குட் ஜாப்..."

டாக்டர் தான் அணிந்திருந்த வெள்ளைக் கோட்டை உடம்பினின்றும் உருவி ஹேங்கரில் மாட்டிவிட்டு கட்டிலில் சாய்ந்தார்.

இன்ஸ்பெக்டர் ஆல்பர்ட்டும் மேஜையின் மேல் தலையைக் கவிழ்த்தார். கண்களில் ஒரு மிதமான கனத்தோடு தூக்கம் வந்து உட்கார்ந்தது.

மின்சாரம் இழந்து போயிருந்த அந்த தெருவின் – மையத்தில் – பிரதானமாய் தெரிந்த டெலிபோன் பூத்துக்குள் – காதில் ரிஸீவரை உரசவிட்டு மெல்லிய குரலில் பேசிக் கொண்டிருந்தான்.

"இதோ பார் குமார்...! காரியத்தை நீயே முடிச்சுடு. நான் ஜி.ஹெச்சுக்குள்ள நுழைஞ்சா எப்படியும் மாட்டிக்குவேன்..."

"அதெல்லாம் மாட்டிக்க மாட்டே துணிச்சலா காரியத்தை முடி! நான் உன்னை கவனிச்சுக்கிறேன்."

"குத்தினதுதான் குத்தின... இன்னொரு குத்தாவது குத்தியிருக்குக்கூடாது. அவன் செத்தானா... பொழச்சானான்னு பார்க்காம வந்துட்டியே..."

"அது என்னோட மடத்தனம்தான்னு அப்பவே சொல்லிட்டேனே! திரும்பத் திரும்ப அதை பேசறதுல என்ன பிரயோஜனம்? அந்த காயாம்பூவை உன்னாலே முடிக்க முடியாதா...?"

"எனக்கு பயமாயிருக்கு குமார்."

"பயப்படாதே...! உன் கையாலே அவனுக்கு மங்களம் பாடிடு. இன்டென்ஸிவ் வார்டுக்குள்ளே நுழைஞ்சு ஆக்ஸிஜன் சிலிண்டரோட வால்வை கீழ் நோக்கி மூவ் பண்ணாப் போதும் - அந்த காயாம்பூ, மேல் உலகம் போயிடுவான். இப்ப உனக்கு பணம்தானே முக்கியம். அதை நான் தர்றேன்!"

ஏதோ சத்தம் கேட்டு 'திடும்'மென்று விழித்துக் கொண்டார் டாக்டர் மதனகோபால்.

இன்ஸ்பெக்டர் ஆல்பர்ட் ரிவால்வரும் கையுமாக இன்டென்ஸிவ் வார்டை நோக்கி ஓடிக்கொண்டிருந்தார்.

"என்ன இன்ஸ்பெக்டர்?"

"இன்டென்ஸிவ் வார்டிலிருந்து நர்ஸோட அலறல் சத்தம் கேட்டது டாக்டர். சம்திங் ஈஸ் கோயிங் ராங் தேர்..."

இருவரும் வார்டை நோக்கி ஓடினார்கள்.

வார்டின் பிரதானக் கதவு உள்பக்கமாய் தாழிட்டிருந்தது. வெள்ளை பெயிண்ட் பூசப்பட்ட இறுக்கமான கண்ணாடிக் கதவுகளைத் தட்டினார் ஆல்பர்ட் "சிஸ்டர்... சிஸ்டர்..."

உள்ளே நிசப்தம்.

"நர்ஸ்..."

டாக்டர் கூப்பிட்டார்.

நிசப்தம்.

தடதடவென்று கதவை உலுக்கினார் ஆல்பர்ட். உலுக்கிக் கொண்டே கவலையான குரலில் சொன்னார். "டாக்டர் யாரோ உள்ளே நுழைஞ்சு கதவைத் தாழ் போட்டுட்டாங்க போலிருக்கு. வித் யுவர் பர்மிஷன்... கதவை உடைக்கலாமா...?"

"டூ இட் இன்ஸ்பெக்டர்..."

ஆல்பர்ட் கையிலிருந்த ரிவால்வரால் கண்ணாடிக் கதவைத் தட்டித் தட்டி உடைக்க ஆரம்பித்தார். கதவில் கால் பாகக் கண்ணாடிப்பரப்பை உடைத்ததும் - உள்ளே கையை நுழைத்து தாழ்ப்பாளை விலக்கினார் ஆல்பர்ட்.

கதவைத் திறந்து கொண்டே உள்ளே போனார்கள்.

அறை இருட்டில் இருந்தது.

சுவரிலிருந்த ஸ்விட்சைத் தேய்த்தார் டாக்டர். அறை வெளிச்சத்திற்கு வந்ததும் - கட்டிலுக்குக் கீழே மல்லாந்து கிடந்த அந்த நர்ஸ் தெரிந்தாள்.

கண்கள் பிதுங்கி –

நாக்கு லேசாய் கொஞ்சம் வெளித்தள்ளி –

பார்க்கிறவர்களின் வயிற்றை கலக்குகிற மாதிரி செத்துப் போயிருந்தாள். தரித்திருந்த வெள்ளை யூனிஃபார்ம் பூராவும் வாயிலிருந்து வழிந்த ரத்தம் தெளித்திருந்தது.

ஆல்பர்ட் கட்டிலில் இருந்த காயாம்பூவை நோக்கிப் போனார். ரத்த பாட்டிலும் குளுக்கோஸ் பாட்டிலும் தத்தம் இயக்கங்களை நிறுத்தியிருக்க –

காயாம்பூ கண்கள் நிலைகுத்தி பிணமாகியிருந்தான். மணிக்கட்டில் சொருகியிருந்த ரத்த ஊசியும், குளுக்கோஸ்

ஊசியும் அந்தரத்தில் ட்யூப்களின் உதவியோடு ஊசலாடிக் கொண்டிருந்தது. ஆக்ஸிஜன் சிலிண்டரின் வால்வு கீழ் நோக்கி தாழ்த்தப்பட்டிருந்தது.

ஆல்பர்ட் சுற்றும் முற்றும் பார்த்தார்.

அந்த வார்டின் கண்ணாடி ஜன்னலின் சதுரம் ஒன்று பெயர்த்தெடுக்கப்பட்டிருக்க – ஒரு ஆள் உள்ளே நுழைந்து – தப்புவதற்கு ஏற்ற பரப்பளவில் அந்த சதுர வெற்றிடம் தெரிந்தது.

"வந்த ஆளு இது வழியாத்தான் தப்பிச்சுட்டு போயிருக்கணும், டாக்டர்" சொன்ன ஆல்பர்ட் ஓடிப்போய் அந்த ஜன்னல் வழியே எட்டிப் பார்த்தார்.

ஜன்னலுக்கு வெளியே கண்ணுக்கெட்டிய தூரம் வரைக்கும் இருட்டு. இருட்டை உன்னிப்பாய் பார்த்துக் கொண்டிருந்த ஆல்பர்ட் கத்தினார்.

"டாக்டர்...! ஹாஸ்பிடல் காம்பவுண்ட் சுவர் ஓரமா யாரோ ஒருத்தன் பதுங்கி பதுங்கி போற மாதிரி தெரியுது. இந்த ரூம்ல இருக்கிற எதையும் தொட்டு டிஸ்டர்ப் பண்ணிடாதீங்க. லெட் இட் பி... ஏஸ் இட் ஈஸ். நான் போய் மடக்கிட்டு வர்றேன்..."

கையில் ரிவால்வரோடு – வார்டை விட்டு வெளியே வந்து இருட்டில் கலந்து – காம்பவுண்ட் சுவரை நோக்கி ஓட ஆரம்பித்தார் ஆல்பர்ட்.

ஆல்பர்ட்டைப் பார்த்ததும் – முன்கேட்டிலும், பின்கேட்டிலும் நின்றிருந்த கான்ஸ்டபிள்கள் அவரை நோக்கி அவசர நடையில் வந்தார்கள்.

"ஸார்..."

"என்னய்யா செண்ட்ரி பார்க்கறீங்க...? எவனோ ஒருத்தன் ஹாஸ்பிடலுக்குள்ளே நுழைஞ்சு – இன்டென்ஸிவ் வார்ட்ல இருக்கிற நர்ஸையும், பேஷண்டையும் தீர்த்துக் கட்டிட்டு ஓடிட்டிருக்கான்."

கான்ஸ்டபிள்கள் முகம் வெளுத்து – ஆடிப் போனார்கள்.

"ஸார்..."

"ரெண்டு பேரும் எம்பின்னாடி வாங்க... வந்த பேர்வழி ஈஸ்டர்ன் சைட் காம்பவுண்டு சுவர் ஓரமா ஓடிட்டிருந்ததைப் பார்த்தேன்."

ஆல்பர்ட் உயர்த்தின ரிவால்வரோடு – 'தப்... தப்' என்று பூட்ஸ்கள் சப்திக்க ஓட கான்ஸ்டபிள்கள் அவர்க்கு பார்டர் போட்ட மாதிரி ஓடினார்கள்.

காம்பவுண்ட் சுவர் வந்தது.

சுவர் நெடுக நிசப்தம். இருட்டு.

அந்த நிசப்தத்திற்கு சுருதி கூட்டுகிற மாதிரி சில்வண்டுகளின் இரைச்சல். மூன்றுபேரும் – ஓடுவதை நிறுத்திவிட்டு மூச்சு வாங்க நின்றார்கள்.

சுற்றிலும் ஆளுயர பார்த்தீனியம் செடிகள்.

காற்றில்லாமல் செடிகள் அசையாமல் நிற்க –

கான்ஸ்டபிள்களில் ஒருவர் கத்தினார்... திடீரென்று –

"ஸார்... அங்க... பாருங்க..."

ஆல்பர்ட் பார்த்தார்.

ஒரு செடிக்குப் பின்னால் சில அசைவுகள் தெரிந்தன.

11

இருட்டு அடர்த்தியாய் கொட்டியிருக்க – அந்த இருட்டின் மசமசப்பில் பார்த்தீனியச் செடிக்குப் பின்னால் அசைவுகள் நிகழ, கையில் டார்ச்சோடு அந்தப் பக்கமாய் ஓடினார் இன்ஸ்பெக்டர் ஆல்பர்ட். கான்ஸ்டபிள்களும் அந்த அசைவை நோக்கி சூழ்ந்தார்கள். அங்குலம் அங்குலமாய் நகர்ந்தார்கள்.

"ஏய்...! யார்ரா அது...? வெளியே வா...!"

அந்த அசைவு இன்னமும் இருக்க – ஆல்பர்ட் டார்ச் வெளிச்சத்தை செடியின் மீது கொட்டினார்.

செடிக்குப் பின்னாலிருந்து – அந்த நாய் குபீரென்று வெளியே பாய்ந்து தலை தெறிக்க ஓடியது. ஆல்பர்ட் "சை!" என்றார். "ஆள்ன்னு நினைச்சு ஏமாந்துட்டோம்! கான்ஸ்டபிள் ஜி.ஹெச்சோட வெஸ்டர்ன் சைட் பக்கமா போய் பாருங்க. வந்தவன் நிச்சயமா தப்பிச்சு போயிருக்க முடியாது."

கான்ஸ்டபிள்கள் ஓடினார்கள்.

ஆல்பர்ட் வியர்வையில் நனைந்த யூனிஃபார்மோடும் - முகத்தில் அப்பின சோர்வோடும் இன்டென்ஸிவ் வார்டை நோக்கி வந்தார். டாக்டர் மதனகோபால் எதிர் கொண்டார்.

"என்னாச்சு இன்ஸ்பெக்டர்...! ஆள் கிடைச்சானா?"

"கிடைக்கலை. கான்ஸ்டபிள்ஸ் போயிருக்காங்க. எவ்வளவோ ஜாக்கிரதையா காவல் காத்தும் கோட்டை

விட்டுட்டோம். கண்சிமிட்டற நேரத்துல வந்து காரியத்தை முடிச்சிட்டுப் போயிட்டான்."

திரும்பவும் இன்டென்ஸிவ் வார்டுக்குள் நுழைந்தார்கள்.

நர்ஸ் - கட்டிலுக்குக் கீழே அதே கோரத்தோடு செத்துக் கிடந்தாள். காயாம்பூ நிசப்தமாகியிருந்தான்.

மறுநாள் காலை பத்து மணி.

போலீஸ் கமிஷனர் அலுவலகம்.

ஆல்பர்ட் விறைப்பாய் நின்று கொண்டிருக்க – கமிஷனர் வார்த்தைகளை நெருப்பில் வாட்டி அவர் மேல் வீசிக் கொண்டிருந்தார்.

"நிமிஷநேரம் கூட இல்லை. ரெண்டு உயிரை சுலபமா எடுத்துட்டு போயிருக்கான் வந்தவன். பக்கத்து ரூம்ல நீங்களும் டாக்டரும் உட்கார்ந்துட்டு பூஜையா பண்ணிட்டிருந்தீங்க. கடந்த மூணு வருஷ காலத்துல இவ்வளவு மோசமான போலீஸ் ஆபிஸரை நான் பார்த்ததேயில்லை."

ஆல்பர்ட் குறுக்கிட்டார்.

"நானும் டாக்டரும் விழிப்போடதான் இருந்தோம் ஸார்."

"அப்பிடி இருந்திருந்தா, ரெண்டு உயிரை பலி கொடுக்க வேண்டிய அவசியமே இருந்திருக்காதே! சந்திரமவுலியோட மர்டர் விவகாரத்துல போலீஸ் டிபார்ட்மெண்ட்டோட பேர் ஏகமா நாறி கிடக்கிற இந்த நேரத்துல இவ்வளவு பெரிய கோட்டை விட்டிருக்கீங்க அதுவும் ஜி.ஹெச்ல...! சி.எம் காலங்காத்தாலே எனக்கு போன் பண்ணி – கன்னாபின்னான்னு எகிறிட்டார். யூனிஃபார்மை கழட்டி வெச்சிட்டு பீச்சுல சுண்டல் விக்க போங்கன்னு சொல்லிட்டார்."

"ஸாரி... ஸார். இது எதிர்பார்க்காத ஒண்ணு."

"சி.எம்கிட்ட நான் அப்படி சொல்ல முடியுமா? அஸ்ஸெம்பிளி நாளைக்கு கூடப்போகுது. எதிர்கட்சிக்காரங்க

இந்த விவகாரத்தை வெச்சிக்கிட்டு – கிழிகிழின்னு கிழிச்சுடுவாங்களேன்னு அவர் கவலைப்படறார்.”

ஆல்பர்ட் மவுனமாய் நிற்க கமிஷனர் தொடர்ந்தார். “சரி...! சம்பவம் நடந்து எட்டு மணி நேரமாச்சு. இந்த ரெட்டை கொலை சம்பந்தமா எவனையாவது பிடிச்சீங்களா?”

“இல்லை...”

“சந்தேகத்திலாயாவது எவனையாவது பிடிச்சு உள்ள வைக்க வேண்டியதுதானே?”

“யாரையும் சந்தேகப்பட முடியலை ஸார்.”

“போங்கய்யா... புண்ணாக்குகளா! கொலையையும் நடக்க விட்டுடுவீங்க! ஆளையும் பிடிக்க மாட்டீங்க! ஃபிங்கர் பிரிண்ட்ஸ் ஏதாவது கிடைச்சிருக்கிறதா சொன்னாங்களா?”

“எதுவும் கிடைக்கலை. வந்தவன் கிளவுஸ் போட்டு இருக்கலாம்னு ஃபாரன்ஸிக்ல சொன்னாங்க.”

“நமக்கு சாதகமான விஷயம் ஒண்ணுகூட கிடைக்கலையா?”

“ஒரு சின்ன தடயம் மட்டும் கிடைச்சிருக்கு ஸார்.”

“ஒரு சர்ட் பட்டன்.”

“அது கொலையாளியோட பட்டன்னு நினைக்கிறீங்களா?”

“ஆமா ஸார். அந்த நர்ஸ் உயிருக்காக போராடறப்ப கொலையாளியோட சர்ட்டைப் பிடிச்சு இழுத்திருக்கலாம்.”

“அந்த பட்டனை வெச்சுசிட்டு என்ன பண்ணப் போறீங்க? மெட்ராஸ்ல இருக்கிற ஒவ்வொரு டெய்லர் கடையா ஏறி இறங்கப் போறீங்களா?” ஆல்பர்ட் அவமானத்தால் கடைவாய் பற்களை அரைத்துக் கொண்டு நின்றார். கண்கள் சிவந்து போயிருந்தது. ஏதோ சொல்ல வாயெடுத்த போது –

டெலிபோன் இண்டர்காம் அவசர கதியில் –

“பீங்க்... பீங்க்...” என்று அலறியது.

ரிஸீவரை எடுத்தார்.

"ஹலோ..."

"ஹோம் மினிஸ்டர் செக்ரட்ரி பேசறேன்" – மறுமுனையில் குரல் பந்தாவாய் சொன்னது.

"சொல்லுங்க... ஸார்."

"ஜி.ஹெச் மர்டர் சம்பவம் என்னாச்சு? யாரையாவது அரெஸ்ட் பண்ணியிருக்கீங்களா இல்லையா?"

"இன்னும் இல்லை.'

"நாளைக்கு சட்டசபை கூடறதுக்குள்ளே கொலையாளியை பிடிச்சாகணும்ங்கிறது மினிஸ்டரோட ஆர்டர். இல்லேன்னா நீ போஸ்ட்ல இருக்கிற அத்தனை பேர்க்கும் டிரான்ஸ்ஃபரும் டீபிரமோஷனும் உண்டு. மினிஸ்டர் இதையும் சொல்லச் சொன்னார்."

"எப்படியும் ஆளை பிடிச்சுடுவோம்."

"சொல்லாதீங்க. செஞ்சுக் காட்டுங்க."

அதே தினம். இரவு பதினோரு மணி.

ஆள் நடமாட்டமற்ற எழும்பூர் பாரக்ஸ் ரோட்டில் அந்த அம்பாசிடர் கார் நிதானமாய் போய்க் கொண்டிருக்க - ஸ்டீரியங்கைப் பிடித்திருந்தான் கன்னத் தழும்புக்காரன். வாயில் சிவப்புக் கண்ணோடு சிகரெட் புகைந்து கொண்டிருந்தது. அவனுக்கு அருகில் உட்கார்ந்திருந்த குமார் ஓர் ஆழமான சிந்தனையோடு ரோட்டையே பார்த்துக் கொண்டு வந்தான்.

"குமார்..."

"ம்..."

"ஜி.ஹெச்சுல காயாம்பூவை முடிக்கிறப்ப உன்னை யாரும் பார்த்துடலையே...?"

"இல்லை..."

"எப்படி முடிச்சே...?"

குமார் முறைத்தான். "மொதல்ல ஒத்துகிட்ட நீ... கடைசி நேரத்துல பண்ணமுடியாதுனு சொல்லிட்டே! வேற என்ன பண்ண... எல்லாம் நிமிஷ நேரம்தான். அஞ்சு செகண்ட்ல உள்ளே நுழைஞ்சு கதவை தாழ்ப்பாள் போட்டேன். மிரண்டு போய் எந்திரிருச்சு வந்த நர்ஸை முப்பதாவது செகண்ட் வரைக்கும் கழுத்தை அழுத்திப் புடிச்சு – நெரிச்சு கொன்னேன். அவ கழுத்துல கத்தில வெச்சு ஒரு இழுப்புப் போட்டேன். முப்பத்தஞ்சாவது செகண்ட்ல ஆக்ஸிஜன் வால்வை முடமாக்கி – காயாம்பூவை பரலோகத்துக்கு அனுப்பிட்டேன். கண்ணாடி ஜன்னல் சதுரத்தை அம்பத்தி அஞ்சாவது செகண்ட்ல கழட்டிக்கிட்டு வெளியே போயிட்டேன்."

"யாரும் உன்னை பார்க்கலை?"

"ஒரு ஈ எறும்புக்குக்கூட தெரியாது. என்னைப் பொறுத்தவரைக்கும் காயாம்பூ, அந்த நர்ஸ் ரெண்டுபேரும் சாகவேண்டியவங்களே கிடையாது. ஆனா எனக்கு போடப்பட்ட கட்டளையை நிறைவேத்த தடையா யார் நின்னாலும் அவங்க சாகவேண்டியதுதான்."

"கட்டளையோட அடுத்த நபர் யாரு?"

"இப்போ அவன்கிட்டதான் போயிட்டிருக்கோம்."

"பேரு...?"

"ஆளவந்தார்..."

"உன்னோட நடவடிக்கையே எனக்குப் பிடிபடலை குமார். இந்த ஆளவந்தாரை எதுக்காக தீர்த்துகட்டப் போறே?"

"மெட்ராஸ்ல இருக்கிற அஞ்சு பெரிய பணக்காரங்கள்ல அவனும் ஒருத்தன். சந்திரமவுலிக்கு அடுத்த வரிசையில இருக்கானாம்."

"உனக்கு யார் சொன்னது?"

"இது...!" ஜெர்கின் கோட்டு பாக்கெட்டிலிருந்து அந்த சிறிய காலிகோ பைண்ட் செய்யப்பட்ட அந்தப் புத்தகத்தைக்

காட்டினான் அவன். கன்னத் தழும்புக்காரன் புத்தகத்தின்மேல் பார்வையைப் போட்டான்.

"இந்தப் புஸ்தகத்துல என்ன போட்டிருக்கு?"

"மெட்ராஸை புத்தின சகலவிதமான விஷயங்களும் இருக்கு. மெட்ராஸ்ல இன்னிக்கு இருக்கக் கூடிய அஞ்சு பெரிய பணக்காரங்க யார் யாருன்னு அட்ரஸோட போட்டிருக்கான்."

"எங்கே பார்க்கலாம்!"

ஸ்டீரியங்கை வலதுகையால் வளைத்துக்கொண்டே இடதுகையால் புத்தகத்தைப் புரட்டி, குமார் காட்டிய பக்கத்தைப் பார்த்தான் கன்னத் தழும்புக்காரன்.

நகரின் பெரும் பணக்காரர்கள் ஐந்து பேர்.

1. *ஜே.சந்திரமவுலி - மானேஜிங் டைரக்டர், ஜெயம் இண்டஸ்ட்ரீஸ்.*
2. *எம்.ஆளவந்தார் - டைமண்ட் மெர்ச்சண்ட்*
3. *ஜி.கோவிந்தமேனன் - டைரக்டர், ஹோட்டல் குபேரா க்ரூப்ஸ்.*
4. *சந்திரப்ரியன் - சினி ஆக்டர்.*
5. *பத்மாவதி - ஓனர், ஷாப்பிங் காம்ளக்ஸ்.*

சந்திரமவுலியின் பெயர்க்குக் கீழ் - சிவப்பு மையால் ஒரு கோடு இழுத்திருந்தான் குமார். கன்னத் தழும்புக்காரன் அதிர்ச்சியாய் அந்தப் பெயர்களைப் பார்த்துக் கொண்டிருக்கும் போதே குமார் சொன்னான்.

"இதுதான் என்னோட கட்டளைப் பட்டியல்."

"இந்த லிஸ்ட்ல இருக்கிற எல்லாரையும் தீர்த்துக் கட்டப்போறியா குமார்..?"

"ஆமா! ஏற்கனவே சந்திரமவுலியோட கதையை முடிச்சாச்சு. தலையையும் கொண்டுபோய் புதைச்சாச்சு. அடுத்ததா ஆளவந்தாரோட தலை எனக்கு வேணும்."

"இவங்க மேல உனக்கு என்ன கோபம் குமார்?"

“திரும்பவும் சொல்றேன். காரணத்தைக் கேட்காதே, எனக்கு வேண்டியது உயிர். உனக்கு வேண்டியது பணம். காரை வலதுபக்கமா திருப்பிக்க.”

அவன் இருட்டான – அந்தச் சந்தில் காரைத் திருப்பினான். வீடுகள் நெரிசல் இல்லாமல் தள்ளி இருந்தது. சாக்கடை நாற்றம் மூக்கைத் துளைத்தது.

ஆள் நடமாட்டமற்ற அந்த குறுகலான ரோட்டில் கார் இருட்டை விழுங்கிக் கொண்டு போயிற்று.

இரண்டு நிமிஷப் பயணம்.

“காரை நிப்பாட்டிக்க.”

“ஹெட் லைட்ஸை ஆஃப் பண்ணு.” காரின் கண்களை குருடாக்கினான்.

“நீ காரை விட்டு இறங்காதே.”

“சரி...! இது எந்த இடம்...?”

“அதோ...” கை காட்டினான். “ஆளவந்தாரோட பங்களா அதுதான். இது பங்களாவோட பின்பக்க ரோடு. இந்தச் சாக்கடையை தாண்டினாப் போதும் பங்களா பின்பக்க சுவர் வரும். நான் முன்பக்கமா அந்த பங்களாவுக்குள்ள போக முடியாது. ஏன்னா அங்கே ஒரு அல்சேஷன் நாய் கத்திட்டிருக்கும்.”

கன்னத் தழும்புக்காரன் சிரித்தான்.

“உன்னோட காரியத்தை முடிச்சுக்கிட்டு நீபாட்டுக்கு கையை வீசிட்டு வந்துடாதே குமார். அங்கே இருக்கிறதை முடிஞ்ச வரைக்கும் அள்ளிட்டு வா.”

“ம்... ம்...”

குமார் காரினின்றும் இறங்கிக் கொண்டான். சீட்டுக்குக் கீழே இருந்த அந்த தோல் பையையும் பாலிதீன் பேக்கையும் எடுத்துக் கொண்டான்.

“கவனம்... குமாரு!”

"என்னைப் பத்தி நீ கவலையேப்பட வேண்டாம்." சொல்லிக்கொண்டே, இருட்டில் மெல்ல நடந்து போய் அந்த சாக்கடையைத் தாண்டினான். பங்களாவின் பின்பக்க காம்பவுண்ட் சுவரோரமாய் நடந்தான். ஓர் இசைவான இடம் வந்ததும் சுவரில் கால் பதித்து மேலே ஏறி – உச்சிக்கு வந்து மறுபக்கம் 'தொம்'மென்று குதித்தான்.

கன்னத் தழும்புக்காரன் காரில் உட்கார்ந்தபடியே சிகரெட் ஒன்றை உதட்டில் பொருத்தி – லைட்டரில் பற்ற வைத்து – புகைத்துக் கொண்டே காத்திருக்க ஆரம்பித்தான்.

நிமிஷங்கள் சத்தமில்லாமல் தலைத் தெறிக்க ஓடின.

அதே விநாடி –

போலீஸ் ஸ்டேஷனில் மேஜை மேலிருந்த டெலிபோன் கதறியது. தூக்கக் கலக்கத்தோடு கேஸ் ஹிஸ்டரி ஒன்றை படித்துக் கொண்டிருந்த சப்-இன்ஸ்பெக்டர் அவினாஷ் ரிஸீவரை எடுத்தார். "ஹலோ போலீஸ் ஸ்டேஷன்!"

"ஸார் நான் பெரம்பூர் பாரக்ஸ் ரோட்டிலிருந்து பேசறேன். அங்கதான் குடியிருக்கேன். என்னைப்பத்தின விஷயங்களை கேக்காதீங்க. நான் சொல்றதை மட்டும் கேளுங்க."

"என்ன சொல்லப் போறீங்க?"

"ஸார் எங்க வீட்டுக்குக் கொஞ்சம் தள்ளி - இருட்டுல அம்பாஸிடர் கார் ஒண்ணு ரொம்ப நேரமா நின்னுக்கிட்டிருக்கு. முன்சீட்ல ஒருத்தன் சிகரெட் பிடிச்சிட்டே உட்கார்ந்திட்டிருக்கான். அவன் யார்க்காக காத்திட்டிருக்கான்னு தெரியலை. பொதுவா ஆட்டோவே வராத அந்த சந்துல ஒருத்தன் காரோட வந்து காத்திட்டிருக்கான்... சம்திங் ராங் ஸார்."

"கார் நம்பரை நோட் பண்ணீங்களா?"

"இருட்ல தெரியலை ஸார்."

"கார் எந்த ரோட்ல நிக்குது?"

குரல் அடையாளம் சொல்ல –

அவினாஷ் ரிஸீவரை சாத்திவிட்டு வேகமாய் எழுந்தார்.

12

கடற்கரையோரமாய் அமைந்திருந்த சிட்டி கிளப்பில் – பளபளப்பான மேஜைகளின் மேல் சீட்டுக்கச்சேரி மும்முரமாய் நடைபெற்றுக் கொண்டிருந்தது. எல்லாம் பண முகங்கள். கண்களில் போதைச் சிவப்பு. டவுன் பஸ் டிக்கெட்டுகள் மாதிரி சேர்க்கப்பட்டு மேஜை பூராவும் இறைந்து கிடந்த நூறு ரூபாய் நோட்டுக்கள். அறையை விட்டு போக மனமில்லாமல் - அங்கேயே உறைந்து கிடக்கும் சிகரெட் புகை. ராத்திரி 11.00 மணியின் நிசப்தம்.

ஆளவந்தார் நாற்காலியைத் தள்ளிக்கொண்டு எழுந்தார்.

"என்ன ஆளவந்தார்... புறப்பட்டுட்டீங்க...?" லாயர் சாமுவேல் கேட்டார்.

"புறப்படாமே என்ன பண்றது...? இன்னிக்கு கோட்டா பத்தாயிரம் ரூபா தோத்தாச்சு... நான் வர்றேன். தூக்கம் கண்ணைச் சுத்துது..."

"நானும் உங்கக்கூட வர்றேன்... என்னை வீட்ல ட்ராப் பண்ணிடுங்களேன்..."

"ஏன் உங்க கார் என்னாச்சி...?"

"சர்வீஸூக்கு விட்டிருக்கேன்..."

"சரி வாங்க... போகலாம்! குடும்ப வக்கீலுக்கு ஒரு லிஃப்ட்டுகூட தரலைன்னா எப்படி...?" ஆளவந்தார் சொல்லிக்கொண்டே கிளப் வாசலில் நிறுத்தியிருந்த காரை நோக்கிப் போனார்.

ஆளவந்தாருக்கு வயது ஐம்பது இருக்கலாம். பருமனான உடம்பு. சொற்ப தலைமுடியை நேர் வகிடெடுத்து 'பச்'சென்று இரண்டு பக்கமும் வழித்து சீவியிருந்தார். சதைப்பிடிப்பான அவ்வளவு பெரிய முகத்திற்கு பொருத்தமில்லாத சிறிய கண்கள்.

காருக்குள் ஏறி உட்கார்ந்தார், ஆளவந்தார்.

அவர் பின்னே – லேசான தள்ளாட்டத்தோடு குடும்ப லாயர் சாமுவேல் நடந்து வந்து ஆளவந்தார்க்கு பக்கத்தில் உட்கார்ந்தார். கார் கிளம்பியது.

"ஆளவந்தார்..."

"ம்..."

"தினமும் பத்தாயிரம் ரூபாய் தோக்குறீங்களே... பயமா இல்லை?"

"எதுக்குப் பயம்...?"

"எதிர்காலத்தை பத்திதான்..."

"எதுக்காக பயப்படணும்...? சாண் சறுக்கினா ஒரு முழம் ஏறிடுவேன் லாயர் சார். இந்த சீட்டாட்டம் எல்லாம் ஒரு சந்தோஷத்துக்குத்தானே. பிச்சைக்காரனுக்கு பத்து பைசா தர்மம் போடுற மாதிரி நம்ம கிளப் மெம்பர்ஸ்கிட்டே பத்தாயிரம் ரூபா தோக்கறேன்... அவ்வளவுதான்!"

கார், தெருவிளக்குகள் வெளிச்சம் சிந்தியிருந்த அந்த ஆள்நடமாட்டமற்ற ரோட்டில் வேகம் பிடித்திருந்தது.

"ஆளவந்தார்... நான் உங்க குடும்ப லாயர் தானே...?"

"இந்த நடு ராத்திரியில எதுக்காக இவ்வளவு பெரிய சந்தேகம்?"

"நான் ஒரு யோசனையைச் சொன்னா கேப்பீங்களா...!"

"என்ன?"

"உங்க தம்பி கதிர்வேலு, ரெண்டு பெண் குழந்தைகளுக்கு தகப்பன். கல்யாணம் பண்ணித்தர

ரொம்பவும் சிரமப்பட்டிருக்கார். சிந்தாதிரிப்பேட்டையில அன்னிக்குப் பார்த்தேன். மனசு கனத்து போயிடுச்சு. அந்தப் பொண்ணுங்களோட கல்யாண காரியங்களுக்கு நீங்க கொஞ்சம் உதவி பண்ணக்கூடாதா?"

"என்ன லாயர் ஸார் சேம் சைடுல கோல் போடறீங்க? அந்தப் பரதேசிப் பயதான் - நான் சொத்து பிரிக்கிறதுல அவனை ஏமாத்திட்டேன்னு கேஸ் போட்டிருக்கானே..! எம்மேல கேஸ் போட்டவனுக்கு நான் எதுக்காக உதவணும்?"

"நான் வேணும்ன்னா ரெண்டு பேர்க்கும் காம்ப்ரமைஸ் பண்ணி வெச்சுடறேன். தினசரி பத்தாயிரம் ரூபா சீட்டாட்டத்துல தோக்கறீங்க. மாசத்துக்கு மூணுலட்ச ரூபா ஆச்சு! ஒரு மாசம் சீட்டாட்டத்துல தோக்கற பணத்தை உங்க தம்பிக்கு கொடுத்து கேஸை வாபஸ் வாங்கிக்கச் சொல்லலாமே. உங்களுக்கும் பிரச்சனை இல்லாமே போயிடும்."

"நீங்க ஒண்ணும் அவனை சமாதானப்படுத்த வேண்டாம் லாயர் ஸார். அவன் தன்னோட பொண்ணுங்களுக்கு கல்யாணத்தை பண்ணி வெச்சாலும் சரி, கருமாதியை பண்ணி வெச்சாலும் சரி. அதைப் பத்தி எனக்கு அக்கறையில்லை."

"ஆத்திரப்படாதீங்க ஆளவந்தார்! கொஞ்சம் யோசிச்சுப் பாருங்க. உங்களுக்கு பொண்டாட்டி குழந்தைன்னு எந்த பந்தமும் கிடையாது. இருந்தாலும் அசுரத்தனமா சம்பாதிச்சு சொத்து சேர்க்கறீங்க. அநாவசியமா செலவு பண்றீங்க! கதிர்வேலு உங்ககூட பொறந்த தம்பிதானே. ஏதாவது ஒரு கணிசமான தொகையைக் கொடுத்துட்டா உங்களுக்கும் பிரச்சினை தீரும், அவங்களுக்கும் அந்தப் பணம் உதவியா இருக்கும்."

காரை ரோட்டின் ஓரமாய் கொண்டு போய் நிறுத்தினார் ஆளவந்தார். திரும்பிப் பார்த்து மெல்லிய குரலில் கேட்டார்.

"இதைச் சொல்றதுக்காகத்தான் என் கார்ல ஏறினீங்களா?"

“பாவம்...! கதிர்வேலு ரொம்பவும் கஷ்டப்படறார்.”

“படட்டும்.”

“ஆளவந்தார்! இன்னொரு உண்மையை உங்கிட்டே சொல்லணும்.”

“என்ன...?”

“இப்ப கேஸூம் அவர் பக்கம் சாதகமாக இருக்கு. கிழிஞ்ச சர்ட், அழுக்கு வேஷ்டியோட அவர் கோர்ட்டுக்கு அடிக்கடி வந்து ஜட்ஜோட அனுதாபத்தை நிறையவே சம்பாதிச்சுட்டார். தீர்ப்பு நமக்கு பாதகமா அமையவும் வாய்ப்பிருக்கு. தீர்ப்பு நமக்கு பாதகமானா நீங்க சொத்துல பாதியை அவர்க்கு பிரிச்சு தரணும்.”

“என்ன சொல்றீங்க...! கேஸ் நமக்கு சாதகமாத்தான் இருக்கு?”

“இருந்தது. ஆனா, இப்ப இல்லை. எனக்கு வந்த நியூஸ்படி... ஜெயிப்போம்னு நம்பிக்கையில்லை.”

“என்ன லாயர் ஸார், திடீர்னு இப்படி சொல்றீங்க?”

“இன்னிக்கு சாயந்திரம்தான் ஜட்ஜோட ஃப்ரெண்ட் ஒருத்தர் மூலமா நியூஸ் கிடைச்சுது. உடனே அதைச் சொல்றதுக்கு உங்க பங்களாவுக்கு வந்தேன். நீங்க கிளப்புக்கு போயிட்டீங்கன்னு சொன்னாங்க. அதனால நானும் கிளப் வந்தேன். கிளப்ல நீங்க இருந்த குஷி மூட்ல விஷயத்தை உடனே உங்ககிட்டே சொல்ல முடியலை.”

ஆளவந்தார் முகம் சிவந்தார். காரை விரட்டிக் கொண்டே கேட்டார்.

“இப்போ என்ன பண்றது?”

“உங்க தம்பிகூட காம்ப்ரமைஸ் பண்ணிக்கிட்டு போறதுதான் சொத்தை காப்பத்தக்கூடிய ஒரே வழி. மூணு லட்சத்தை கொடுங்க. நான் கேஸை வாபஸ் வாங்கிக்கச் சொல்றேன்.”

“கேஸ் நிச்சயமா நம்ம பக்கம் ஜெயிக்காதா?”

“ஜெயிக்கும். ஜட்ஜை கவனிச்சுட்டா?”

“ஜட்ஜை கவனிச்சுடலாம். எவ்வளவு கேப்பார்?”

“பத்து லட்சம்...”

“குடுத்துடலாம்.”

“ஆளவந்தார்! ஜட்ஜூக்கு பத்து லட்சம் தரலாம்ன்னு சொல்றீங்க. அதுக்கு உங்ககிட்ட மனசு இருக்கு. ஆனா... கூடப் பிறந்த தம்பி கல்யாண வயசுல பொண்ணுகளை வெச்சுட்டு கஷ்டப்படறார். அவருக்கு பணம் தர மனசில்லை.”

“லாயர் ஸார், திரும்பவும் அந்த பரதேசிக்கு சப்போர்ட் பண்ணி பேசாதீங்க. நாளைக்கே ஜட்ஜை எப்படி கவனிக்கணுமோ அப்படி கவனிச்சுடலாம்.”

“காரை அப்படி ஓரமா நிறுத்தறீங்களா... ஆளவந்தார்?”

“ஏன் வீட்டுக்குப் போக வேண்டாமா...?”

“காரை நிறுத்துங்க சொல்றேன்...”

எல்லீஸ் ரோடு அண்ணா சிலையருகே கார் திரும்பி ஒரு அவசரப் ப்ரேக்கில் ‘சரக்’ என்று நின்றது. லாயர் சாமுவேல் கதவைத் திறந்து கொண்டு கீழே இறங்கினார். காரின் கதவருகே நின்று, குனிந்து சொன்னார்.

“இதயமும், அதுல இரக்கமும் இல்லாத மனுஷங்களோட பழகறதும் – வெறிபிடிச்ச மிருகங்களோட பழகறதும் ஒண்ணுன்னு டேனிஷ் மொழியில ஒரு பழமொழி இருக்கு ஆளவந்தார். மனுஷத்தன்மையே இல்லாத உங்ககிட்ட வேலைப் பார்க்கறதைவிட வீட்ல சும்மாவே இருக்கலாம். நான் வர்றேன்.”

சொல்லிட்டு – ஆட்டோஸ்டாண்ட்டை நோக்கிக் போகும் – சாமுவேலையே கண்கள் சிவக்கப் பார்த்தார் ஆளவந்தார். சாமுவேல் ஆட்டோ டிரைவரிடம் தான் போக வேண்டிய இடத்தைச் சொல்லி – பேரம் பேசி – புறப்பட்டு போகும் வரை

காத்திருந்தவர் – அலையடிக்கும் ஆத்திரத்தோடு பங்களாவை நோக்கி காரைச் செலுத்தினார்.

போர்ட்டிகோவுக்குள் காரை நுழைத்து எஞ்சினை ஊமையாக்கினார் ஆளவந்தார். போர்ட்டிகோ வராந்தாவில் படுத்திருந்த வேலையாள் – முண்டாசை அவிழ்த்து இடுப்பில் கட்டிக் கொண்டு – ஓடிவந்து கதவைத் திறந்து விட்டான்.

அரையடி நீளத்திற்கு நாக்கை தொங்க போட்டபடி – முன்புற தோட்டம் பூராவும் ஓடிக்கொண்டிருந்த அந்த அல்சேஷன் ஆளவந்தாரைப் பார்த்ததும் விசுவாசமாய் ஓடி வந்தது. நகம் படாமல் அவர்மேல் தாவியது.

நாயின் விசுவாசத்தை – இடதுகையால் புறக்கணித்துக் கொண்டே வேலையாளிடம் விசாரித்தார் ஆளவந்தார்.

"யாராவது வந்தாங்களா குப்பு...?"

"கேட் கிட்டே நின்னுட்டிருந்தப்போ வக்கீலய்யா... வந்தார்."

"டெலிபோன்...?"

"சேட்டு மட்டும் ரெண்டு தபா போன் பண்ணிருந்தாங்க..."

"என்ன சொன்னே...?"

"அய்யா வர்றதுக்கு ராத்திரி பதினொரு மணியாயிடும் பதினொரு மணிக்கு மேலே போன் பண்ணச் சொன்னேன்."

"வேற யாரும் போன் பண்ணலையா...?"

"இல்லீங்கய்யா..."

ஆளவந்தார் உள்ளே நுழைந்தார்.

"சாப்பாடு எடுத்து வெக்கட்டுமாய்யா..."

"வேண்டாம்...! நீ போய் படுத்துக்க."

வேலையாள் அங்கேயே நின்றுகொள்ள – கதவைச் சாத்திக் கொண்டு மாடிக்குப் போனார். லாயர் சாமுவேல் கொடுத்த அதிர்ச்சி வைத்தியம் வயிற்றுக்குள் இம்சையாய் புரண்டது.

'என்ன செய்யலாம்...?'

‘வேறு வக்கீலை வைத்து கேஸை நடத்திப் பார்க்கலாமா?’

படுக்கை அறைக்குள் நுழைந்து – லோ வாட்ஸ் பல்புக்கு உயிர் கொடுத்துவிட்டு ஃபோம் மெத்தையில் சாய்ந்தார். அருகிலிருந்த டெலிபோனை இழுத்து வைத்துக் கொண்டு – ரிஸீவரை எடுத்து காதுக்குக் கொடுத்தார்.

ரிஸீவரின் உள்ளே ஆழ்கடல் நிசப்தம்.

‘சாய்ந்திரம் புறப்படும்போது ஒழுங்காய் இருந்த டெலிபோனுக்கு என்னாயிற்று?’

குழப்பமாய் பட்டனைத் தட்டிப் பார்த்தார்.

அதே நிசப்தம்.

“ஸாரி... ஆளவந்தார்.”

முதுகுக்குப் பின்னால் குரல் கேட்க – திடும்மென்று திரும்பினார்.

திரைச்சீலையின் மறைவிலிருந்து அவன் வெளிப்பட்டுக் கொண்டிருந்தான். அந்த மெலிதான இருட்டில் கண்களும் பற்களும் பிரகாசித்தது.

“இன்னிக்கு நீ யாருக்கும் போன் செய்ய முடியாது ஆளவந்தார். இன்னிக்கு மட்டுமல்ல இந்த ஜென்மத்திலேயே நீ போன் பண்ண முடியாது...”

“யார்... யார்ரா நீ...?”

“நான் யார்ன்னு தெரிஞ்சு உனக்கு என்ன பிரயோஜனம்... உன்னோட ஆயுசு இன்னும் அஞ்சு நிமிஷம்தான். செத்துப் போன பின்னாடி போலீஸுக்கு போய் கம்ப்ளைண்ட் பண்ணவா முடியும்?”

ஆளவந்தாரின் முகம் வெளிறிப்போனது.

“நீ... நீ... என்ன சொ... ல்... றே...?”

“மெட்ராஸிலேயே ரெண்டாவது பெரிய பணக்காரன் நீதானாமே...? கங்கிராட்ஸ் ஆளவந்தார்! ஆனா எனக்குத்தான் பணக்காரங்களைக் கண்டாலே சொறி நாயைப் பார்த்த மாதிரி

அலர்ஜி. சந்திரமவுலியோட கொலையைப் பத்தி பேப்பர்ல படிச்சிருப்பியே...? நாளைக்கு அதே பேப்பர்ல உன்னைப் பத்தின நியூஸ் வரும். போஸ்ட் மார்ட்டத்துக்கு உன்னோட தலையையும் பங்கு போட்டுக்குவோம்."

குமார் பேசிக் கொண்டிருக்கும் போதே –

ஆளவந்தார் குபீரென்று தலையணைக்குக் கீழே கையை நுழைத்து அந்த ரிவால்வரை உருவிக் கொண்டார். குமாரின் நெஞ்சை நோக்கி உயர்த்தினார்.

காரில் காத்திருந்த கன்னத்தழும்புக்காரனுக்கு அந்த வித்தியாசம் சட்டென்று உறைத்தது. கொஞ்சம் தொலைவிலிருந்து அந்த வீட்டின் மாடியிலிருந்து ஒரு டார்ச் வெளிச்சம் காரின் நெம்பர் பிளேட்டின் மேல் விழுந்து விழுந்து எழுவதை கவனித்தான்.

'யாரோ மோப்பம் பிடித்துவிட்டார்கள்.'

'இனி இங்கே காரோடு காத்திருப்பது ஆபத்து.'

'பங்களாவுக்குள்ளே சென்ற குமார், இன்னமும் என்ன செய்கிறான்?' – கன்னத்தழும்புக்காரனின் இதயம் தடதடவென்று அதிர ஆரம்பித்தது. டார்ச் வெளிச்சம் வந்த மாடியை பயமாய் ஏறிட்டுப் பார்த்தான். ஜன்னலில் இரண்டு பேர் தெரிந்தார்கள்.

'இந்நேரம் அவர்கள் போலீஸுக்குத் தகவல் சொல்லி இருக்கலாம்.'

'இந்த இடத்தைவிட்டு கிளம்பிவிடுவதுதான் உத்தமம்.'

காருக்குள் திரும்பவும் ஏறி உட்கார்ந்து – இக்னீஷியனை உசுப்பி எஞ்சினை அலற வைத்து காரைக் கிளப்பினான்.

குறுகலான சந்தில் அந்த வேகம் அதிகம்தான்.

ஆக்ஸிலேட்டரை முழுவதுமாய் உபயோகித்து – சந்தின் பாதி தூரத்தை கடந்திருந்தபோது – எதிரே – அந்த ஹெட்லைட் வெளிச்சம் பளீரிட்டது.

போலீஸ் பைக்.

13

எதிரே போலீஸ் பைக்கைப் பார்த்ததும் கன்னத் தழும்புக்காரன் இதயத்தின் மையத்தில் ஓர் அதிர்ச்சியை வாங்கினாலும் அடுத்த விநாடியே துரிதமாக செயல்பட்டான். வேகத்தைக் குறைக்காமல் ஆக்ஸிலேட்டரை அழுத்தினான். எஞ்சின் 'ரொய்ய்ய்ங்'கென்று ஊளையிட காரின் டயர்களில் தீப்பொறி பறந்தது.

காரின் வேகத்தைக் கண்டு பயந்துபோன போலீஸ் பைக் வீதியின் சாக்கடை ஓரம் ஒதுங்கி, அதில் விழுந்தது. கார் தெருவைத் தாண்டி வலது பக்கம் திரும்பி மறைந்தது.

அவினாஷின் உடம்பில் பதட்டம் அரும்பியது. சாக்கடையில் போய் விழுந்து விட்ட பைக்கை தூக்கி நிறுத்த இரண்டு நிமிடம் போராடி பின்பு அதன் மீது ஆரோகணித்து கிக்கரை உதைக்க அது 'டப் டப்' என்று புகைவிட்டு அணைந்து போனது.

மறுபடியும் கிக்கரை உதைத்தார்.

அது உயிர் பிடிக்க சத்யாகிரகம் செய்தது.

'என்னாயிற்று? ஸ்டார்ட்டர் கனெக்ஷன் ஏதேனும் விட்டுப்போயிற்றா?' பைக்கை ஸ்டாண்ட் இட்டு நிறுத்தி தெருவிளக்கு வெளிச்சத்தில் பைக்கின் கீழ்ப் பகுதியைப் பார்த்தார். அதில் மேலும் ஒரு நிமிடம் கரைந்து போயிற்று.

மறுபடியும் பைக்கில் ஏறி உட்கார்ந்து கிக்கரை உதைக்க, பைக் உயிர்பிடித்துக் கொண்டு கதறியது.

ஆக்ஸிலேட்டரை முறுக்கி அதை பறத்தினார். கார் திரும்பிய பக்கம் திரும்பினார்.

பெரம்பூர் பாரக்ஸ் ரோடு பூராவும் வெறிச்சோடிப் போயிருந்தது. அந்த ரோடு முழுவதையும் தாண்டி பி அண்டு சி மில் அருகே வந்தார் அவினாஷ்.

அங்கிருந்து ரோடு நாலா பக்கமும் பிரிந்தது.

கார்னரில் ஒரு மில்க் பார், ட்யூப்லைட் வெளிச்சத்தோடு தெரிய, வெளியே போடப்பட்டிருந்த பெஞ்சில் இரண்டு பேர் உட்கார்ந்து – கண்ணாடி டம்ளர்களில் இருந்த பாலை உறிஞ்சிக் குடித்துக் கொண்டிருந்தார்கள்.

பைக்கை கொண்டுபோய் அவர்கள் முன் நிறுத்தினார் அவினாஷ். அந்த இரண்டு பேரும் சட்டென சூடுபட்டது போல் எழுந்தனர்.

“இந்தப் பக்கமா ஒரு அம்பாசிடர் கார் போனதை பார்த்தீங்களா?”

“அம்பாசிடர் காரா ஸார்?”

“ஆமா.”

“எவ்வளவு நேரம் இருக்கும் ஸார்?”

“ரெண்டு நிமிஷத்துக்கு முன்னாடி...”

“பார்க்கலையே ஸார்...”

“நீங்க எவ்வளவு நேரமா இங்கே உட்கார்ந்திருக்கீங்க?”

“பதினஞ்சு நிமிஷமா ஸார்.”

“எந்த காரையும் நீங்க பார்க்கலை?”

“பார்க்கலை ஸார்.”

அவினாஷ் சட்டென்று பைக்கைத் திருப்பினார். ‘எந்த வழியாகப் போய் எப்படி தப்பி இருப்பான்?’ யோசித்துக் கொண்டே பைக்கை திரும்பவும் பெரம்பூர் பாரக்ஸ் ரோடு வழியாக ஓட்டிக்கொண்டு போனார்.

அந்த அவசரத்திலும் ஹெட்லைட் வெளிச்சத்தின் உதவியால் வேகமாய்போன அந்த காரின் நெம்பர் பிளேட்டை கவனித்து எண்களை மூளைக்குள் வாங்கிக் கொண்டதில் அவினாஷிற்கு நிறைவாயிருந்தது. காரின் நெம்பரை ஒரு முறை சொல்லிப் பார்த்துக் கொண்டார்.

தன் மார்புக்கு நேரே நீட்டி பிஸ்டலைப் பார்த்து சிரித்தான் குமார்.

"ஆளவந்தார் இந்த பிஸ்டலெல்லாம் உங்க உயிரை காப்பாத்தும்னு நினைக்காதீங்க. அதை அப்படியே அந்தப்பக்கம் போட்டுடுங்க..."

ஆளவந்தார் குமாரை நோக்கி ஆவேசமாய் ட்ரிக்கரை சுண்டினார். அது 'க்ளிக்' என்று கத்தியது. மறுபடியும் ட்ரிக்கரை அழுத்தினார்.

'க்ளிக்.'

குமார் சிரித்தான். "நான் தான் சொன்னேனே, ஆளவந்தார். இந்த பிஸ்டல் உங்களைக் காப்பாத்தாதுன்னு. நான் உங்க ரூமுக்குள்ளே நுழைஞ்சதுமே, மொதல்ல இந்த பிஸ்டலைத்தான் மோப்பம் பிடிச்சு – அதோட வயித்தை காலி பண்ணேன். ஆறு தோட்டாவும் ஃப்ளஷ்அவுட் ஸிங்க்ல இருக்கு. போய் பார்க்கறீங்களா?"

ஆளவந்தார் முகம் வேர்த்து, பின்வாங்கினார்.

"எ... எ... என்னை எதுக்காக கொல்லப்போறே?"

"காரணத்தைத்தான் நான் சொன்னேனே, நீ இந்த மெட்ராஸ்ல ரெண்டாவது பணக்காரனாம். ஏழைகளை துன்புறுத்தி அவங்க கஷ்டத்தைப் பார்க்கிறதுல எப்படி ஒரு பணக்காரனுக்கு சந்தோஷம் இருக்கோ – அதே மாதிரிதான் உன்னை மாதிரியான பணக்கார திமிங்கலங்களை கொன்னு அவங்க தலையை கையில எடுத்துட்டு போறதுல எனக்கு சந்தோஷம்."

குமார் பேசிக்கொண்டே ஆளவந்தாரை நெருங்கினான். அவரே எதிர்ப்பார்க்காத ஒரு விநாடியில் கழுத்தை சாய்வாக கையால் வெட்டினான்.

அது ஒரு டெத் லைன் கராத்தே ஸ்ட்ரோக்!

உடம்பு சின்ன உதறலாய் உதறிக்கொள்ள – ஆளவந்தார் பின்பக்கமாய் சாய்ந்து ஃபோமில் மல்லாந்தார்.

குமார் தன் கையிலிருந்த அந்த தோல் பையைப் பிரித்து – பளபளப்பாய் மின்னிய – அந்த நீளமான கத்தியை எடுத்துக் கொண்டான். "ஆளவந்தார்! உங்களால இந்த நிமிஷம் உடம்பை அசைக்க முடியாது. கண்ணு மட்டுந்தான் அசையும். உடல் மண்ணுக்கு உயிர் தமிழுக்குன்னு சொல்வாங்க. அதே மாதிரி உங்க தலை எனக்கு... உடம்பு போஸ்ட்மார்ட்டத்துக்கு."

கத்தியை கழுத்தில் வைத்தான்.

ஆளவந்தார் கண்கள் பரபரவென்று சுழல – வாய் மரண பயத்தில் தானாய் பிளந்து கொண்டது."ஸாரி ஆளவந்தார்..." கத்தியை அழுத்தினான்.

ரத்தம் 'ப்ளக்'கென்று எட்டிப் பார்த்தது. உடம்பு துடித்துக் கொண்டிருக்கும் போதே கத்தியை சரசரவென்று ஓட்டினான்.

அடுத்த நிமிஷம் -

குமாரின் கையில் - ஆளவந்தாரின் தலை ரத்தம் சொட்ட சொட்ட தொங்கியது. ஃபோம் கட்டிலில் உடம்பு ரத்தத்தை கழுத்து வழியாக பீச்சிக்கொண்டு துள்ளியது.

குமார் பதட்டப்படாமல் - பாலிதீன் பையைப் பிரித்து – ஆளவந்தாரின் தலையை உள்ளே போட்டுக் கொண்டான்.

"குட் பை ஆளவந்தார்! போலீஸ் வருவாங்க. மத்ததை பார்த்துக்குவாங்க." அறையை விட்டு வெளியே வந்து மாடி வராந்தாவில் சத்தம் எழாமல் ஓடி – குழாயைப் பற்றிக் கொண்டு – சரசரவென்று கீழே இறங்கி – பங்களாவின் பின்பக்க சுவரோரமாய் ஓடி – சுவரின் தலையில் கால் பதித்து – மேலேறி – மறுபக்கம் சாக்கடையோரமாய் குதித்தான்.

சாக்கடையைத் தாண்டி –

வேகவேகமாய் நடந்தவன் - ஆச்சரியப்பட்டான்.

‘எங்கே காரைக் காணோம்?’

காலை ஆறு மணி.

சென்னை வானம் இன்னும் இருட்டில் இருந்தது. மேற்குப் பக்கமாய் ஓர் ஒற்றை நட்சத்திரம், சூரியன் இன்னும் தலை காட்டாத தைரியத்தில் மின்னிக் கொண்டிருந்தது. புறநகர் ரயில்கள் ‘கட்டக் கட்டக்’ என்று ஓட ஆரம்பித்திருந்தன.

ஆளவந்தார் பங்களா முன்பு – போலீஸ் ஜீப் ஒன்று நின்றிருக்க – பங்களாவின் உள்ளே காக்கி யூனிஃபார்ம்கள் பதட்டமாய் அலைந்து கொண்டிருந்தார்கள்.

அவர்களுக்கு மத்தியில் இன்ஸ்பெக்டர் நவநீதகிருஷ்ணனும், அவினாஷும் பிரதானமாய் தெரிந்தார்கள். ஃபாரன்ஸிக் ஆட்கள் ஆளவந்தாரின் அறையை கையகல பூதக்கண்ணாடியால் – அங்குலம் அங்குலமாய் அலசி – பவுடரிங் செய்து கொண்டிருந்தார்கள்.

“கார்ல வந்தவனை நீங்க பார்த்தீங்களா அவினாஷ்?”

“பார்க்க முடியலை ஸார்.”

“காரோட நம்பரை மாத்திரம் நோட் பண்ணிட்டீங்க...?”

“ஆமா ஸார்...”

“என்ன நம்பர்?”

சொன்னார்.

“மெட்ராஸ் ரெஜிஸ்ட்ரேஷன் மாதிரி இல்லையே...?”

“ஆர்.டி.ஓ ஆபீஸ் விசாரிச்சா தெரியும் ஸார்.”

“அம்பாசிடர் கார்ன்னு சொன்னீங்க. என்ன கலர்?”

“அந்த இருட்டுல காரோட கலர் சரியா தெரியலை ஸார். மே... பி... ப்ளூ ஆர் பிளாக்... நிச்சயமா தெரியலை.”

“அவினாஷ்! சில நாளாவே சிட்டியில சங்கிலிதொடர் மாதிரி கொலைங்க நடந்துட்டே இருக்கு. அதுலயும்

சந்திரமவுலியும் ஆளவந்தாரும் ஒரே மாதிரி கொல்லப் பட்டிருக்காங்க. கொலையாளி தலைகளை கொண்டு போயிருக்கான். இந்த இரண்டு கொலைகளுக்கும் பொருத்தம் இல்லாத மாதிரி 'காயாம்பூ - நர்ஸ்' இரட்டை கொலை தோணுனாலும் – அது இதோட சம்பந்தப்பட்டிருக்கிற மாதிரி எனக்குத் தோணுது. இன்ஸ்பெக்டர், ரெண்டு கான்ஸ்டபிள்ஸ் ஜி.ஹெச்ல இருந்தும் - கொலையாளி உள்ளே பூந்து காயாம்பூவையும் நர்ஸையும் தீர்த்து கட்டியிருக்கான்."

ஃபாரன்ஸிக் ஆபீஸர் முனிராஜன் நெற்றியில் துளிர்த்த வியர்வை ஒற்றிக்கொண்டே நவநீதகிருஷ்ணனை நெருங்கினார்.

"என்ன முனிராஜன், ஏதாவது தட்டுப்பட்டதா?"

"ஸாரி சார், இதுவரைக்கும் எதுவுமே இல்லை. மர்டரர் ரொம்பவும் க்ளவரா ஒர்க் பண்ணியிருக்கான். ஃபிங்கர் பிரிண்ட்ஸ் ஒரு இடத்துல கூட இல்லை. கிடைச்ச ஷூ பிரிண்ட்ஸூம் அவ்வளவு தெளிவாயில்லே. ஷூ பிரிண்ட்ஸ் மாடி வராந்தா ஜன்னல் வரைக்கும் போயிருக்கு. கொலையாளி பைப் குழாய் மூலமாத்தான் ஏறி உள்ளே வந்திருக்கணும். அதே மாதிரி இறங்கியும் போயிருக்கணும்."

நவநீதகிருஷ்ணன் நகர்ந்தார். "வாங்க அவினாஷ்! பங்களா பின்பக்கம் போயிட்டு வரலாம்."

மாடிப்படிகளில் இறங்கும்போது – வேலையாள் குப்புசாமி எதிர்பட்டான்.

அவனைப் பின்தொடரும்படி சைகை செய்துவிட்டு நவநீதகிருஷ்ணன் கேட்டார்.

"போலீஸூக்கு தகவல் சொன்னது நீதானா?"

"ஆமா... ஸார்...!"

"எத்தனை மணிக்கு உனக்குத் தெரிஞ்சுது?"

"காலையில அஞ்சு மணிக்கு ஸார்."

“அந்த நேரத்துக்கு எதுக்காக அவருடைய ரூமுக்கு போனே?”

“அய்யாவை வழக்கமா அஞ்சு மணிக்கு நான்தாங்க எழுப்பிவிடுவேன்.”

“சரி, ராத்திரி சம்பவம் நடந்திருக்கு. எவனோ வந்து தலையையே அறுத்துட்டு போயிருக்கான். உனக்கு ஒரு சின்ன அலறல் சத்தம் கூடவா கேக்கலை?”

“கேக்கலீங்களே...”

“பொய் சொல்லாதே, கண்டுபிடிச்சிடுவோம்.”

“சத்தியமா சொல்றேன்ய்யா. அய்யா ரூமிலிருந்து ஒரு சின்ன சத்தம்கூட கேக்கலை.”

பேசிக்கொண்டே வந்ததில் – பங்களாவின் பின்பக்கம் வந்து சேர்ந்தார்கள். காம்பவுண்ட் சுவரோரமாகவே நடந்தார்கள்.

“பங்களால நாய் இருக்கா?”

“இருக்கு ஸார்...”

“உங்க முதலாளிக்கு வேண்டாதவங்க யாரு?”

“அவரோட தம்பிதான் ஸார்.”

“தம்பியா?”

“ஆமா ஸார். அய்யாவோட தம்பி பேர் கதிர்வேலு சிந்தாதிரிப்பேட்டையில வீடு. ரெண்டு பேர்க்கும் மத்தியில ஜென்மப் பகை.”

நடந்து கொண்டிருந்த நவநீதகிருஷ்ணன் சட்டென்று நின்றார். உடனே அவினாஷும் நின்றார். “என்ன சார்?”

“அவினாஷ்! அந்த சுவரோரமா ஒரு சின்ன புக் மாதிரி என்னமோ கிடக்கு... அதை எடுத்துட்டு வாங்க பார்க்கலாம்.”

அவினாஷ் போய் எடுத்துக் கொண்டு வர...

அந்த காலிகோ பைண்டிங் செய்யப்பட்ட – உள்ளங்கை பரப்பில் மறைத்து வைத்துக் கொள்ளக் கூடிய அளவுக்கு சிறிய புத்தகம். புத்தகத்தின் மேலுள்ள எழுத்துக்களை – நவநீதகிருஷ்ணன் வாய்விட்டு படித்தார்.

14

அவினாஷ் கேட்டார். "என்ன புக் ஸார் அது...?"

"மெட்ராஸோட ஜாதகம்."

"மெட்ராஸோட ஜாதகமா?"

"ஆமா அவினாஷ்! இந்த தேதியில மெட்ராஸோட பரப்பளவு அதனோட ஜனத்தொகை, போனவருஷம் மழைபெய்த நாட்கள், வெயில் அதிகமாக இருந்த நாட்கள், சிட்டியில இருக்கிற தியேட்டர்ஸ், கட்டப்படற தியேட்டர்ஸ், ஹோட்டல்ஸ், வி.ஐ.பி நபர்கள் முகவரி, ரோட் மேப் எல்லாமே இதுல இருக்கும். இந்த புக் சுவரோரமா கிடப்பானேன்?"

நவநீதகிருஷ்ணன் புக்கின் பக்கங்களைப் புரட்டினார்.

சட்டென்று அந்தப் பக்கம் கண்ணில் பட - பார்வையை நிறுத்தினார்.

நகரத்தின் முதல் 5 பணக்காரர்கள் – தலைப்புக் கீழே அந்த 5 பெயர்கள். முதல் பெயரான சந்திரமவுலிக்கு கீழே ஒரு சிவப்புக் கோடு –

"அவினாஷ் இதைப் பார்த்தீங்களா?"

"எந்த சந்திரமவுலி?"

"கொலையான சந்திரமவுலி. அதான் ஜெயம் இண்டஸ்ட்ரிஸ்ன்னு போட்டிருக்கே...! அவரோட பேர்க்குக் கீழே ரெட்லைன் போட்டிருக்கான். ரெண்டாவதா கீழே இருந்த ஆளவந்தாரை இப்போ முடிச்சிருக்கான். அப்படினா

அவனுடைய கொலை பட்டியல் இதுதானா...?அவன் குறி பார்க்கப் போற பட்சிங்க இவங்கதானா?”

அவினாஷ் பதட்டமானார்.

“அவனோட கொலைப் பட்டியல்ல இருக்கிற மூணாவது நபர் ஜி. கோவிந்தமேனன், டைரக்டர் - ஹோட்டல் குபேரா குரூப்ஸ். அவருக்கு இதப்பத்தி சொல்லி வார்ன் பண்ண வேண்டாமா ஸார்?”

“கண்டிப்பா பண்ணனும். போன்ல கிடைக்கிறாரான்னு பாருங்க. கிடைச்சா நீங்களும் நானும் நேர்ல வர்றதா சொல்லுங்க.”

“எஸ்... ஸார்...”

அவினாஷ் பங்களாவை நோக்கி ஓடினார். ஹாலுக்குள் நுழைந்து டெலிபோன் இருந்த மேஜையைத் தொட்டார். டெலிபோன் டைரக்டரியைப் பார்த்து ஹோட்டல் குபேரா டெலிபோன் நெம்பரைப் பொறுக்கிக் கொண்டு டயலைச் சுழற்றினார்.

முதல் ரிங்கிலேயே ஒரு பெண் குயில் கூவியது.

“எஸ்... ஹோட்டல் குபேரா.”

“டைரக்டர் கோவிந்தமேனன் இருக்கிறாரா?”

“நீங்க யார் பேசறது?”

“போலீஸ் டிபார்ட்மெண்ட்...”

“என்ன விஷயம் ஸார்?”

“தனிப்பட்ட முறையில அவர்கூட பேசணும்.”

“அவர் ஃபாரின் டூர் போயிருக்காரே.”

“எப்போ போனாரு?”

“போன மாசம் பதினாலாந்தேதி.”

“என்னிக்குத் திரும்புவார்?”

“இந்த வாரத்து வெள்ளிக்கிழமை.”

"ஓகே...! நீங்க யாரு?"

"ஹோட்டல் ரிசப்சனிஷ்ட் ரேகா! பை த பை அவரை என்ன விஷயத்துக்காக நீங்க சந்திக்க விரும்புறீங்கன்னு நான் தெரிஞ்சுக்கலாமா ஸார்?"

"தனிபட்ட முறையில அவர்கிட்டதான் பேசணும். இன்னும் ரெண்டு நாள் கழிச்சு நான் காண்டாக்ட் பண்றேன்."

ரிஸீவரை வைத்தார் அவினாஷ்.

காலை பத்து மணி.

ஆர்.டீ.ஓ ஆபீஸில் சம்பந்தபட்ட அதிகாரியிடம் – அந்த அம்பாஸிடர் காரின் நம்பரைக் கொடுத்துவிட்டு காத்திருந்தார்கள் நவநீதகிருஷ்ணனும், அவினாஷும்.

அதிகாரி தடிமனான லெட்ஜர்களை புரட்டிப் பார்த்து விட்டு சொன்னார்.

"எம். கோலப்பன், ஜே பிளாக் 1090, ஐஸ்வர்யா காலனி, இந்திரா நகர், சென்னை –20."

"அந்த வண்டிக்கு சொந்தக்காரர் இவர்தானா ஸார்?"

"ஆமா..."

"என்ன வண்டி ஸார்?"

"அம்பாசிடர்."

"நன்றி...."

அன்பளிப்பு வாங்கியே பழக்கப்பட்ட அவர்க்கு வெறும் நன்றியை மட்டும் சொல்லிவிட்டு வெளியே வந்தார்கள் நவநீதகிருஷ்ணனும், அவினாஷும்.

ஜீப்பில் தாவி ஏறிக் கொண்டார்கள்.

இருபது நிமிடத்தில் இந்திரா நகர் வந்தது. ஐஸ்வர்யா காலனியை கண்டுபிடித்துக் கொண்டு ஜே-பிளாக் 1090-ஐ தொட்டபோது, பிளாக்கின் வாசலில் - காதோடு காதாய் டிரான்சிஸ்டர் வைத்துக்கொண்டு கிரிக்கெட் காமெண்ட்டரியைக்

கேட்டுக்கொண்டிருந்தான் அந்த இளைஞன். போலீஸ் ஜீப்பைப் பார்த்ததும் சட்டென டிரான்சிஸ்டரை அணைத்தான்.

“இங்கே வாப்பா...”

அவன் ஓடி வந்தான்.

“கோலப்பன் வீடு இதுதானே?”

“ஆமா ஸார்.”

“உள்ளே இருக்காரா?”

“இருப்பார் ஸார். ஃபர்ஸ்ட் ப்ளோர்லதான் வீடு.” அவன் சொல்ல இருவரும் மேலே ஏறிப் போனார்கள்.

கதவு திறந்ததும் அந்த மனிதர் தெரிந்தார். நாற்பது வயது. பாதி கருப்பு பாதி நரை கலந்த தலைமுடி. சிறிய கண்கள். தாம்பூலத்தில் சிவந்து உறைந்துபோன உதடுகள்.

போலீஸ் யூனிஃபார்மை பார்த்ததுமே நெற்றி நிறைய கோடுகள் வாங்கினார்.

“வாங்க ஸார், என்ன வேணும்?”

“மிஸ்டர் கோலப்பன்?”

“நான் தான்.”

“உங்ககிட்டதான் கொஞ்சம் பேசணும்.”

“என்ன விஷயமா இன்ஸ்பெக்டர்?”

காரின் எண்ணைச் சொல்லி “உங்க கார்தானே..?” எனக் கேட்டார்.

“ஆமா.”

“நேத்தைக்கு ராத்திரி கார்ல எங்கே போனீங்க?”

“ஏன் இன்ஸ்பெக்டர்?”

“கேட்டதுக்கு பதில் சொல்லுங்க.”

“எங்கேயும் போகலை இன்ஸ்பெக்டர். அந்த கார்ல போகவும் முடியாது.”

“ஏன்...?”

“நீங்களே வந்து பாருங்க! சிரமம் பார்க்காம இந்த கட்டிடத்துக்குப் பின்னாடி கொஞ்சம் வாங்க.” கோலப்பன் அறைக் கதவை சாத்திக் கொண்டு மாடிப்படிகளில் இறங்கி கட்டிடத்தின் பின்பக்கம் போனார். நவநீதகிருஷ்ணனும், அவினாஷும் பின்தொடர்ந்தார்கள்.

“உங்க கார், அம்பாசிடர்தானே?”

“ஆமா.”

“உங்க காரை யாருக்காவது இரவல் கொடுத்தீங்களா?”

கோலப்பன் சிரித்தார் “என்னோட காரை ஓட்ட முடியாது ஸார். ரெண்டு மாசத்துக்கு முந்தி திருப்பதி போனப்ப ஆக்ஸிடெண்ட்ல கார் மாட்டி என்ஜின் நொறுங்கிடுச்சு, அப்பயிருந்து கார் இதே கோலத்துலதான் கிடக்கு.”

கோலப்பன் காட்டிய திசைபக்கம் பார்த்ததும் நவநீதகிருஷ்ணனும் அவினாஷும் அதிர்ந்தார்கள்.

பின்பக்க சுவரோரமாய் அந்த கார், பானட் நசுங்கி சப்பையாகி முன்பக்க கண்ணாடி உடைந்து, மழையில் நனைந்து, வெய்யிலில் உலர்ந்து, பெயிண்ட் உதிர்ந்து, துருவேறி சக்கரம் மணலில் புதைந்து –

நவநீதகிருஷ்ணனும், அவினாஷும் கோலப்பன் பக்கம் திரும்பினார்கள்.

“இதுதான் உங்க காரா?”

“ஆமா ஸார்.”

நம்பர் பிளேட்டைப் பார்த்தார் அவினாஷ். மண் அப்பிக் கிடந்ததைக் கையால் துடைத்துவிட்டார். அதே எண்.

“ஸார், இந்த கார் நெம்பரை யூஸ் பண்ணி போலி நெம்பர் பிளேட்டை மாட்டி ஏமாத்தியிருக்கான்.”

“மிஸ்டர் கோலப்பன், ஸாரி ஃபார் த டிஸ்டர்பன்ஸ்.”

குமார் கயிற்றுக் கட்டிலில் மல்லாந்து படுத்துக்கொண்டு வீட்டு முகட்டையே வெறித்துப் பார்த்துக் கொண்டிருந்தான். அருகே கன்னத் தழும்புக்காரன்.

இருவர்க்கும் மத்தியில் ஒரு நீளமான நிசப்தம்.

குமாரே அதைக் கலைத்தான்.

“யாராவது தகவல் சொல்லாமே போலீஸ் அங்கே வர வாய்ப்பேயில்லையே.... யார் தகவல் சொல்லியிருப்பாங்க?”

“யாரோ இருந்துட்டுப் போகட்டும் குமார். இனிமே ராத்திரி நேரங்கள்ல இந்தக் காரை நாம உபயோகப்படுத்த முடியாது.”

“ஏன் முடியாது...? நீதான் நம்பர் பிளேட்டை மாத்திக்கிறியே?”

“மாத்திக்கிட்டாலும் வம்புதான். பாம்போட கண்ணு பட்டாலும் தப்பிச்சுக்கலாம். ஆனா! போலீஸ்காரன் கண்ணுல மட்டும் படவே கூடாது. நான் பட்டுட்டேன். கார் நின்ன இடமும், ஆளவந்தார் கொலை நடந்த இடமும் ஒரே ஏரியா. போலீஸ் சும்மாயிருப்பாங்களா? ராத்திரி நேரத்துல சந்தேகப்படும்படியா ஒரு அம்பாசிடர் கார் போனா துருவிட மாட்டாங்களா என்ன?”

“அப்ப கொஞ்ச நாளைக்கு பைக்ல போவோம்.”

“அதுதான் சரி. நேத்து ராத்திரி நான் பட்டபாடு, எனக்குத்தான் தெரியும். மெயின் ரோட்ல போனா மாட்டிக்குவோம்னு சொல்லி எத்தனை சந்து பொந்து பூந்து நம்ம இடத்துக்கு வந்தேன் தெரியுமா, குமாரு? வேர்த்து விறுவிறுத்துப் போச்சு.”

“நீ மட்டுமா நேத்து ராத்திரி கஷ்டப்பட்டே...! நானும்தான் ராத்திரி பூராவும் நடந்தே போய் சமாதியில அந்த ஆளவந்தாரோட தலையை புதைச்சுட்டு வந்தேன். காலெல்லாம் நைஞ்சு போற மாதிரி வலி. இன்னும் கண்ணெல்லாம் தீப்பந்தமாட்டம் எரியுது. வயித்துல பசி ‘கப கப’ன்னு இருக்கு.”

"சாப்பிடறதுக்கு ஏதாச்சும் வாங்கிட்டு வரட்டுமா?"

"ம்... வாங்கிட்டு வா. சாப்டுட்டு நானும் கிளம்பணும்."

கன்னத் தழும்புக்காரன் நகர்ந்தான். அவன் போனதும் குமார் புரண்டு படுத்து – தலையணைக்குக் கீழே இருந்த அந்த பழைய டயரியை எடுத்தான். 1968-ல் பெட்டிக்கடை சோமு கொடுத்த டயரி.

மெல்ல பக்கங்களைப் புரட்டினான். டயரியின் பக்கங்களில் எழுதப்பட்டிருந்த சம்பவங்கள் தனியாக கழன்று முன்னால் ஃபிரேம் போட்ட மாதிரி ஆடின. புனிப்புகையால் கோடிபூத்த மாதிரி மனம் லேசாகி பின்னோக்கி பாய்ந்தது.

"டேய்... குமார்."

"என்னப்பா?"

"ஃபேக்டரியில இருக்கிற முதலாளி அய்யாவுக்கு சாப்பாடு குடுத்திட்டு வந்துடறேன். நீ பள்ளிக்கூடத்துக்கு கிளம்பி போறதா இருந்தா போ."

"சரிப்பா."

வேலய்யா டிஃபன் கேரியரோடு சைக்கிளில் ஏறி – தன் நோஞ்சான் கால்களால் பெடலை மிதித்தான். தன்னுடைய அப்பா போகும்வரை காத்திருந்த குமார், அவுட் ஹவுஸ் சுவரில் மாட்டியிருந்த ஸ்கூல் பையை எடுத்துக்கொண்டு வாசலுக்கு வந்தான்.

பின்பக்கமிருந்து குரல் கேட்டது.

"டேய்... குமாரு..."

குரல் கேட்டு குமார் திரும்பினான்.

முதலாளி மகன் தேவும், அவனுடைய தோழனும் நின்றிருந்தார்கள். குமார் அவர்களை நோக்கி நடந்தான்.

"சீக்கிரம்... வாடா...! கூப்பிட்டு எவ்வளவு நேரமாச்சு... ராஜநடை போட்டுக்கிட்டு வர்றான் பாரு!" தேவு உறுமினான்.

குமார் வேகவேகமாய் பையைத் தூக்கிக்கொண்டு வந்தான்.

"என்ன தேவு...?"

"எங்கேடா கிளம்பிட்டே...?"

"ஸ்கூலுக்கு.."

"இன்னிக்கு ஸ்கூலுக்கு போகாதே..."

"அய்யோ...! நான் ஸ்கூலுக்கு போவணும்... இன்னிக்கு சயன்ஸ் டெஸ்ட்..."

"பெரிய சயன்ஸ் டெஸ்ட்... சர்தான் வாடா வீட்டுக்குள்ளே." குமாரை தரதரவென்று இழுத்தான், தேவு. தேவுவின் தோழன் ராஜு, குமாரின் ஸ்கூல் பேக்கை இழுத்தான்.

"ஏண்டா...! நீயெல்லாம் படிக்கலைன்னு யார் அழுதா? வா... இப்படி வந்து சோஃபால உக்காரு... நாங்க ரெண்டு பேரும் சமையல் கட்டுக்குள்ளே இருப்போம்...யாராவது வந்தா நீ குரல் தரணும்..."

"தேவு, எனக்கு பள்ளிக்கூடத்துக்கு நேரமாச்சு..."

"டேய்... இன்னொரு வாட்டி பள்ளிக்கூடம்ன்னு சொன்னே... பையிலே இருக்கிற புஸ்தகத்தையெல்லாம் எடுத்து ரெண்டு ரெண்டா கிழிச்சு போட்டுடுவேன்...மரியாதையா அப்படி போய் உட்கார்..."

குமார் தயக்க நடை போட்டு -

நீர் நிரம்பிய கண்களோடு சோஃபாவில் போய் உட்கார்ந்தான். தேவுவும் – ராஜுவும் சமையற்கட்டை நோக்கிப் போனார்கள். தேவு தன் அப்பா எத்திராஜுலுவிடமிருந்து திருடிய சிகரெட்டை எடுத்து உதட்டில் பொருத்திக்கொண்டே சமையலறைக்குள் நுழைந்தான்.

தீப்பெட்டியை தேவு எடுத்து சிகரெட்டை பற்ற வைத்துக் கொண்டு இரண்டு பேரும் மாறி மாறி 'தம்' அடித்து புகைவிட்டு இருமினார்கள்.

"நல்லா இருக்குல்ல."

"ம்... ம்... ம்..."

பாதி சிகரெட் கரைந்திருந்தபோது, ராஜு திடீரென்று கத்தினான்.

"தேவு... தேவு...! சமையலறை சுவத்துல பாரு... எவ்வளவு பெரிய தேளு..."

சுவரில் அட்டைக்கரி நிறத்தில் - உள்ளங்கை அளவுக்கு இருந்த அந்த எருமைத் தேள் மெதுவாய் ஊர்ந்து போய்க் கொண்டிருந்தது.

"இந்த தேளுக்கு பயங்கரமான விஷம்டா... வா... அடிச்சு கொன்னுடுவோம்..." ராஜு தேளை அடிக்க சுற்றும் முற்றும் பார்த்தான்.

தேவு அவனைத் தடுத்தான்.

"பொறுடா ராஜு, அதை அடிச்சு கொன்னுடாதே!"

"ஏண்டா...?"

"உயிரோட அந்த தேளை ஒரு இடுக்கியிலே பிடிச்சு டப்பால போட்டு குமார்கிட்ட போய் ஒரு விளையாடலாம். நமக்கு நேரம் போன மாதிரி இருக்கும்..."

15

சுவற்றின் ஒரு கோடியிலிருந்து இன்னொரு கோடியை நோக்கி ஸ்லோமோஷனில் ஊர்ந்து கொண்டிருந்த அந்த கன்னங்கரிய தேளை ஒரு இடுக்கியால் பற்றியெடுத்து ஒரு டப்பாவில் போட்டான் தேவு. மேல்தட்டால் மூடினான். அருகேயிருந்த ராஜூ கேட்டான்.

"இதை வெச்சு அந்த குமார்கிட்டே என்ன பண்ணப் போறே?"

தேவு சிரித்தான். சிரித்துக் கொண்டே சொன்னான். "'ராஜூவுக்கு நாளைக்கு பிறந்தநாள்... நம்ம வீட்டுக்கு நாளைக்கு வர மாட்டான். இப்பவே உனக்கு மிட்டாய் தரப்போறான் எடுத்துக்கோ'ன்னு சொல்லப்போறேன். அவன் டப்பாவுக்குள்ள கையை விடுவான். உள்ளே இருக்கிற தேளு சும்மா இருக்குமா, நறுக்குன்னு ஒரு போடு போடும். கையை உதறிக்கிட்டு அவன் துள்ளி குதிச்சா எப்படி இருக்கும்? வயிறு வலிக்க சிரிக்கலாம்."

தேவு சொல்ல சொல்ல – ராஜூவின் முகம் மாறியது. பதட்டமான குரலில் சொன்னான். "வேண்டாண்டா தேவு. தேளு ரொம்ப விஷம். அவனுக்கு ஏதாவது ஒண்ணு ஆயிடப் போவுது."

"ஒண்ணும் ஆகாது. நீ பேசாம என் பின்னாடி வா! நடக்கறதைப் பார்த்துகிட்டு கம்ன்னு நில்லு."

தேவு டப்பாவோடு முன்னறைக்கு வந்தான். குமார் தவிப்போடு பாட புத்தகச் சுமையோடு உட்கார்ந்திருந்தான்.

“டேய்... குமார்...”

அவன் பயமாய் எழுந்தான்.

“இங்கே வா...”

தேவுவை நோக்கி குமார் நகர்ந்தான். அருகே போய் நின்றான்.

“உனக்கு மிட்டாய் வேணுமா?”

“வேண்டாம் தேவு. நான் பள்ளிக்கூடத்துக்கு போகணும்.”

“பள்ளிக்கூடத்துக்கு போகலாம். ராஜூவுக்கு நாளைக்கு பொறந்த நாளாம். மிட்டாய் கொண்டு வந்திருக்கான். எடுத்துக்கறியா?”

“வேண்டாம்.”

“ஏன் வேண்டாங்கற...! மிட்டாய் எடுத்துக்க, நீ ஸ்கூலுக்கு போகலாம்.”

“நிஜமாவா?”

“ம்... நிஜமாத்தான் சொல்றேன். மிட்டாயை எடுத்துகிட்டு நீ ஸ்கூலுக்குப் போகலாம்.” தேவு சொல்ல, குமார் கையை நீட்டினான்.

“நீயே எடுத்துக்க.”

தேவு டப்பாவின் மூடியைத் திறக்க ராஜூ மிரட்சியுடன் நெளியும் கண்களோடு பார்த்துக் கொண்டிருக்க –

உள்ளே வேகமாய் கையை நுழைத்தான் குமார்.

அடுத்த வினாடி –

“அ... ம்... மா... ஆ... ஆ...” சூட்டுக்கோலால் சூடு வாங்கிக் கொண்ட மாதிரி துள்ளி விழுந்தான் குமார். டப்பா எகிறிப் போய் விழ – தேள் சுவரோரமாய் விறுவிறுவென்று ஓடியது.

தேவு கண்களில் நீர் தளும்ப சிரித்தான். குமாரின் உடம்பு வெடவெடவென்று நடுங்கிக் கொண்டிருக்க, கொஞ்சம் கொஞ்சமாய் தளர்ந்தான். கண்கள் சொருகி வெள்ளை

விழிப்படலம் மட்டும் தெரிந்தது. வாயின் கடையோரம் வெள்ளையாய் நுரை எட்டிப் பார்த்தது.

சத்தம் காட்டாமல் சுருண்டு விழுந்தான் குமார். கைகளும், கால்களும் விலுக் விலுக்கென்று உதறிக் கொள்ள ஆரம்பித்தது.

ஜி.ஹெச்.

வார்டுக்கு வெளியே வேலய்யாவும், எதிர் பங்களா தோட்டக்கார கோவிந்தனும் பதட்டமாய் நின்றிருந்தார்கள். டாக்டர் உள்ளிருந்து வெளியே வந்தார்.

"பையனோட அப்பா யாரு?"

"நான்தான் டாக்டர்."

"பையனை இங்கே கொண்டு வந்தது யாரு?"

கோவிந்தன் முன்னால் வந்தான்.

"கொட்டின தேளை நீங்க பாத்தீங்களா?"

"நான் பார்க்கலை டாக்டர்? அது பெரிய தேளுன்னு அந்தப் பையன் சொன்னான்."

டாக்டர் நிமிர்ந்தார். "ரொம்பவும் கடுமையான விஷம் உள்ள தேள். அஞ்சு வயசுக்குக் கீழே இருக்கிற குழந்தைகளைக் கொட்டியிருந்தா நிச்சயம் மரணம் தான். பையனுக்கு ட்ரிப்ஸ் விட்டிருக்கோம். அபாய கட்டத்தை தாண்டிட்டானா... இன்னும் ஒரு மணி நேரத்துக்குள்ள ஞாபகம் வந்திடும். இல்லேன்னா பையன் பிழைக்கிறது கஷ்டம்தான். பையனுக்கு ஞாபகம் வந்ததும் ஒரு இன்ஜெக்ஷன் போடணும். அந்த மருந்து ஆஸ்பத்திரியில இப்போ ஸ்டாக் இல்லே. யாராவது ஒருத்தர் போய் வாங்கிட்டு வரீங்களா?"

மருந்துச் சீட்டை நீட்டினார் டாக்டர்.

வேலய்யா வாங்கிக் கொண்டான்.

"மருந்தோட விலை அதிகமாயிருக்கும்"

"எவ்வளவு இருக்கும் டாக்டர்?"

"நூறு ரூபாய் இருக்கும். மெயின் ரோட்ல 'காசிநாத் மெடிக்கல்ஸ்'ன்னு ஒரு கடை இருக்கு. மருந்து அங்கேதான் இருக்கும். வேற எங்கேயும் கிடைக்காது." டாக்டர் சொல்லிவிட்டு நகர்ந்து விட்டார். வேலய்யா திரும்பினான்.

"கோவிந்தன் நீ இங்கேயே இரு. நான் மருந்தை வாங்கிட்டு வந்துடறேன்."

"பணம்?"

"முதலாளிகிட்டே என்னோட பணத்தை கொடுத்து வச்சிருக்கேன். ஆத்திரத்துக்கும் அவசரத்துக்கும் நான் யார்கிட்டே போய் பணம் கேக்க முடியும்?"

"போயிட்டு சீக்கிரமா மருந்தோட வா, வேலய்யா. பையனுக்குப் பக்கத்துல நான் இருக்கேன்."

வேலய்யா ஆஸ்பத்திரியை விட்டு வெளியே வந்தான்.

பஸ்ஸை நம்பி பிரயோஜனமில்லை. ஆட்டோவைத்தான் பிடிக்கவேண்டும். காலியாய் போன ஆட்டோ ஒன்றை அமர்த்திக் கொண்டு பத்து நிமிடங்களை செலவழித்து எத்தராஜூலு பங்களா வாசலில் இறங்கிக் காசை கொடுத்து ஆட்டோவை அனுப்பிவிட்டு ஓட்டமும் நடையுமாய் உள்ளே ஓடினான்.

வேஷ்டியை மடித்துக் கட்டிக்கொண்டு தோட்டத்துப் பக்கம் நடைபோட்டுக் கொண்டிருந்தத எத்திராஜூலுவை நோக்கி வந்தான். எத்திராஜூலு கிண்டலாய் கேட்டார்.

"என்ன வேலய்யா உன்னோட அந்தஸ்து உசந்து போச்சு போலிருக்கு."

"அய்யா..." புரியாமல் அவரைப் பார்த்தான்.

"ஆட்டோல வந்து இறங்கினியே அதை சொன்னேன். ஆமா...! உன் பையன் எப்படி இருக்கான்? தேளு கொட்டினா உடனே ஆஸ்பத்திரிக்கு கொண்டு போயிடணுமா என்ன? பிளாட்பாரத்துல உட்கார்ந்துட்டிருக்கிற ஏதாவது ஒரு

சாமியார்கிட்டே போய் விபூதி தெளிச்சி மந்திரிச்சா போதாதா?”

“அய்யா, கொட்டின தேளு ரொம்பவும் விஷமுள்ள தேளாம். உயிருக்கே ஆபத்துன்னு டாக்டர் சொல்றார். இந்த மருந்தை உடனே வாங்கிட்டு வரச் சொன்னார்.”

“வாங்கிட்டு போய்க் குடுத்துடு.”

“பணம் வேணுங்கய்யா. இந்த மருந்து உசந்த விலையாம்.”

“பணம் என்கிட்ட ஏது?”

“மாசாமாசம் சம்பளத்துல அம்பது ரூபா புடிச்சுக்குவீங்களே, அந்தப் பணத்துல ஒரு இருநூறு ரூபா வேணும்.”

“ஓ! அந்தப் பணத்தைச் சொல்றியா. அந்தப் பணம் பத்திரமா பேங்க்ல இருக்கு. மத்தியான நேரத்துல பணம் எடுக்கமுடியாதே... நாளைக்கு காலையில பத்து மணிக்குத் தான் பேங்க்ல இருந்து பணத்தை எடுக்க முடியும்.”

“நீங்களாவது கடனா குடுங்கய்யா.”

“கேஷ் பீரோ சாவியை எங்கேயோ விட்டுட்டேன். அதை தேடிக்கிட்டுத்தான் தோட்டம் பூராவும் அலைஞ்சிட்டிருக்கேன், நீயும் தேடு.”

“அய்யா! மருந்தை வாங்கிகிட்டு டாக்டர் உடனடியா ஆஸ்பத்திரிக்கு வரச் சொன்னாரு. குமார்க்கு ஞாபகம் வந்ததுமே அந்த ஊசியை போடணுமாம்.”

“அந்த சாவியை நீ எங்கேயாவது பார்த்தியா?”

“இல்லீங்கய்யா...”

“சாவியை தேடி எடுத்துக் குடு. நான் பணம் தர்றேன்.”

வேலய்யா பணிவாய் மறுத்தான். “அதுக்கு அவகாசம் இல்லீங்கய்யா. நான் பெட்டிக்கடை சோமுகிட்டே வாங்கிக்கறேன்.” நகர முயன்றான் வேலய்யா.

“நில்லுடா!!!”

எத்திராஜுலு கத்தினார். "ஏண்டா சாவியை காணோம்னு நான்பாட்டுக்கு சொல்லிட்டே இருக்கேன். நீ பாட்டுக்கு பெட்டிக் கடை சோமு – அவன் இவன்னு சொல்லி கிளம்பிட்டிருக்கே. வாடா! வந்து சாவியைத் தேடு."

"அய்யா எம்புள்ளை அங்கே சாகக் கிடக்கிறான்யா..."

"செத்து தொலையட்டுமேடா. அவனெல்லாம் உயிரோட இருக்கணும்னு யார் அழுதாங்கா. சோத்துக்கு பிடிச்ச கேடு."

வேலய்யா சிலிர்த்தான்.

"அய்யா! வார்த்தையை கொஞ்சம் அளந்து பேசுங்க. உங்க புள்ளை தேவுக்கு குமாரோட வயசுதான் ஆவுது. நீங்க சொன்ன அதே வார்த்தைகளை திருப்பி சொல்றக்கு எனக்கு ரொம்ப நேரம் ஆயிடாது, என்னோட நாக்கும் எப்படி வேணும்னாலும் வளையும்."

"என்னடா சொல்றே?"

"அய்யா உங்க குடும்பத்துக்கு நான் ரொம்ப காலம் உழைச்சவன். பெரியவர் உயிரோட இருந்த வரைக்கும் ஒருநாகூட என்னை அவர் வாடா போடான்னு சொன்னதில்லை. மூஞ்சி வாட்டமா இருந்தாலே உடம்பு சரியில்லையான்னு கேட்டு பணத்தைக் கொடுத்து டாக்டர் கிட்டே போகச் சொல்வார். ஆனா நீங்க இதயத்துல கொஞ்சம் கூட ஈரம் இல்லாமே..." வேலய்யா பேச்சை முடிக்கவில்லை.

எத்திராஜுலுவின் வலது கால் குபீரென்று உயர்ந்து வேலய்யாவின் இடுப்பை 'நெக்'கென்று உதைத்தது. வேலய்யா தடுமாறி கீழே விழுந்தான்.

விழுந்தவனின் மார்பு மேல் தன் ஷூ அணிந்த காலை ஊன்றினார் எத்திராஜுலு. "எச்சக்கலை நாயி, என்னையா எதித்து பேசறே? என் சோத்தை சாப்பிட்டு என்னையே திட்டுறீயா?"

வேலய்யா திமிறினான்.

ஷூ காலை இன்னும் அழுத்தமாய் ஊன்றினார் எத்திராஜுலு.

"அ... அ... அய்... அய்யா..."

"செத்தொழிடா நாயே!" ஆவேசமாய் ஆத்திரமாய் கத்திக்கொண்டே நெஞ்சின் மேல் ஏறி இறங்கினார் எத்திராஜுலு.

"ப்ளக்..."

மூக்கிலும் – வாயிலும் ரத்தம் எட்டிப் பார்க்க – வேலய்யா தலையைச் சாய்த்தான்.

வார்டுக்கு வெளியே எட்டிப் பார்த்த நர்ஸ் – அங்கே காத்திருந்த கோவிந்தனிடம் சொன்னாள்.

"பையனுக்கு ஞாபகம் வந்திடுச்சு." கோவிந்தன் பரபரவென உள்ளே ஓடினான். கண்களை சோகையாய் மலர்த்திக் கொண்டு பரக்க பரக்கப் பார்த்துக் கொண்டிருந்த குமாரிடம் வந்தான்.

"கு... குமார்..."

"மா... மா..." காய்ந்துபோன உதடுகளை அசைத்தான் குமார். கோவிந்தன் குமாரின் தலையை கோதினான். "பயப்படாதே! இனிமே உனக்கு ஒண்ணும் ஆகாது."

"அ... அப்பா எ... எங்கே?"

"வருவார்...! மருந்து வாங்க போயிருக்கார்." சொன்ன கோவிந்தனின் முதுகுப் பக்கத்தில் இருந்து அந்தக் குரல் கேட்டது. டாக்டரின் குரல். "மருந்து வாங்க போய் நாப்பது நிமிஷமாச்சு. இன்னுமா அவர் மருந்து வாங்கிட்டிருக்கார்?"

கோவிந்தன் டாக்டரிடம் திரும்பினான்.

"டாக்டரய்யா இன்னும் கொஞ்ச நேரத்துல அவர் வந்துடுவார். மருந்துக்காக கடை கடையா ஏறி அலைஞ்சிட்டிருப்பாரு..."

"நர்ஸ்...!"

"டாக்டர்..."

"அந்த இஞ்ஜெக்ஷன் ஒரேயொரு ஆம்பியூல் மட்டும் தான் நம்மகிட்டே இருக்கு. அதை எடுத்து இந்த பையனுக்கு

போட்டுட்டு பையனோட அப்பா வாங்கிட்டு வர்ற மருந்தை நம்ம ஸ்டாக்ல வையுங்க. எமர்ஜென்ஸிக்கு வேணும்.”

“எஸ் டாக்டர்.”

நர்ஸ் பக்கத்திலிருந்த பார்மஸிக்குள் நுழைந்து அந்த மஞ்சள்நிற மருந்தை சிரிஞ்சில் ஏற்றிக் கொண்டு வந்தாள். குமாரின் மெலிதான தோள்பட்டையைப் பற்றி ஊசியைக் குத்தி மருந்தை செலுத்தினாள். கோவிந்தனிடம் திரும்பினாள்.

“பையனை தூங்க விடாதீங்க. தூங்கினா உள்ளே இருக்கிற விஷம் வேலையைக் காட்டும். பக்கத்துல உட்கார்ந்துகிட்டு ஏதாவது பேச்சு குடுத்துக்கிட்டே இருங்க.”

“சரிங்கம்மா.”

கோவிந்தன் அருகே உட்கார்ந்தான்.

“குமார்! நர்சம்மா சொன்னதை கேட்டியா... தூங்கக் கூடாது.”

“தூங்கமாட்டேன் மாமா. அப்பா எப்போ வருவாரு?”

“வர்ற நேரம்தான்...”

“போய் ரொம்ப நேரமாச்சா?”

“ம்ம்... முக்காமணி இருக்கும்.”

“மாமா...”

“ம்...”

“எனக்கு உடனே அப்பாவை பார்க்கணும் போலிருக்கு...”

“இப்ப வந்துடுவாரு...”

ஆஸ்பத்திரி வார்டின் வாசலை இருவரும் திரும்பித் திரும்பி பார்த்துக்கொண்டே காத்திருக்க ஆரம்பித்தார்கள்.

வெளியே –

வெய்யில் சாய்ந்து கொண்டிருந்தது.

16

வேலய்யா கிருஷ்ணாம்பேட்டை சுடுகாட்டில் மண்ணுக்குள் போன மூன்றாம் நாள். பெட்டிக்கடை பெஞ்சில் - பிரமை பிடித்துப்போய் உட்கார்ந்திருந்தான் குமார். பார்வை ஒரே இடத்தில் நிலைத்திருந்தது. கண்ணிமைகள் கூட அசைய மறுத்தது.

"குமார்..."

பெட்டிக்கடை சோமு கூப்பிட்டார்.

குமார் மெதுவாய் தலையை உயர்த்தினான்.

அவர் சொன்னார். "நீ இப்பத்தான் ஆஸ்பத்திரியிலிருந்து உடம்பு தேறி வந்திருக்கே. உங்கப்பாவைப் பத்தியே நினைச்சு உடம்பை கெடுத்துக்காதே."

"அப்பா செத்துப் போனாருன்னு என்னால நம்பவே முடியலை சோமு அண்ணா. அவர் நிஜமாவே நெஞ்சு வலி வந்துதான் செத்தாரா?"

"ஏண்டா குமார் அப்படி கேக்கிற?

"எதிர் பங்களா கூர்க்கா சொல்றார் அப்பாவை முதலாளி அடிச்சாராம். நெஞ்சுமேலே ஏறி மிதிச்சாராம்."

"பல பேரு பலவிதமா சொல்லுவாங்க. போனவர் போயிட்டார். இனிமே அதைப்பத்தி பேசி ஒரு பிரயோஜனமும் இல்ல, குமார். உங்கப்பா இல்லாம போனா என்ன? நான் இல்லையா, எதிர் பங்களா கோவிந்த மாமா இல்லையா?"

“சோமு அண்ணா...”

“என்னடா...?”

“இனிமே அந்த பங்களால நான் இருக்க மாட்டேன்.”

“ஏண்டா?”

“அங்கே இருந்தா நானும் சீக்கிரமாவே செத்துப் போயிடுவேன். நான் உங்க கடையில வேணுமின்னாலும் வேலை பார்க்கிறேன். போய் என்னோட பெட்டி படுக்கையெல்லாம் எடுத்து வந்துருட்டுமா?”

“உன் பிரியம் போல பண்ணு, குமார்.”

குமார் எழுந்து பங்களாவை நோக்கிப் போனான். காம்பவுண்ட் கேட்டுக்குள் நுழைந்து – அவுட் ஹவுஸ் போவதற்காக – பங்களாவின் பின்புறத்துக்கு வந்தவன், அந்த ஜன்னலினின்றும் வெளிப்பட்ட பேச்சுச் சத்தம் கேட்டு அப்படியே நின்றான்.

“என்னதான் சொல்றீங்க டாக்டர்?” – எத்திராஜுலுவின் குரல்.

“நீங்க தர்ற அம்பதாயிரம் போதாதுன்னு சொல்றேன்.”

“ஒரு வேலைக்காரப் பயலுக்கு இது போதாதா?”

“செத்தது வேலைக்காரனோ லட்சாதிபதியோ எனக்குத் தெரியாது. அது ஒரு உயிர். அதை நீங்க போக்கியிருக்கீங்க. ஐ... மீன்... கொலை பண்ணியிருக்கீங்க. அந்த கொலைப் பழியிலிருந்து ஃபேமிலி டாக்டர்ங்கிற முறையில உங்களை நான் காப்பாத்தியிருக்கேன். விஷயம் கொஞ்சம் கசிஞ்சிருந்தாலும் என்ன ஆகியிருக்கும்ன்னு கொஞ்சம் யோசிச்சு பாருங்க எத்திராஜுலு. பேப்பர்ல எட்டு காலம் நியூஸ் வந்திருக்கும். போலீஸ் லாக்-அப்ல நீங்க இருந்திருப்பீங்க. நான் மட்டும் வேலய்யாவுக்கு ‘ஹார்ட் அட்டாக்’ன்னு சொல்லி எல்லாரையும் நம்ப வெக்காம இருந்திருந்தா இந்த நிமிஷம் உங்க கதி என்ன?”

“அதுக்காக ரெண்டு லட்சம் ரூபாயா கேக்கறது?”

“உங்க சொத்தையா நான் கேக்கறேன். ரெண்டு லட்சம்தானே!”

“அடப்பாவிகளா...!” ஜன்னலுக்கு வெளியே நின்று வீறிட்டான் குமார். கீழே கிடந்த நான்கைந்து கற்களை பொறுக்கி – ஜன்னல் வழியே ‘விர்... விர்’ரென்று வீசினான்.

ஒரு கல் எத்திராஜுலுவின் நெற்றியில் பட்டு – அவர் அணிந்திருந்த கண்ணாடியோடு தெறித்தது. ரத்தம் பளிச்சென்று வெளிப்பட்டு வழிந்தது.

குமார் ஆவேசம் தணியாமல் -

கீழே கிடந்த கற்களை பொறுக்கி, சரமாரியாய் வீச ஆரம்பித்தான். கண்ணாடி ஜன்னல்கள் ‘ச்சலீர்’ரென்று உடைந்து சிதறின.

போலீஸ் ஸ்டேஷன்.

இன்ஸ்பெக்டர் கோபமாய் - குமாரின் தலைமுடியை கொத்தாய் பிடித்தார். ஆவேசமாய் உலுக்கினார். “ஏண்டா அவங்க மேலே கல்லெறிஞ்சே?”

குமார் அடர்த்தியான மவுனம் காட்டினான்.

நாற்காலிகளில் சாய்ந்திருந்த டாக்டரும், எத்திராஜுலுவும் அவனையே கோபமாய் பார்த்தார்கள். நெற்றியிலிருந்த காயக்கட்டைத் தொட்டுப் பார்த்துக் கொண்டே எத்திராஜுலு சொன்னார்.

“இவனுக்கு என்னாச்சுன்னே தெரியலை இன்ஸ்பெக்டர். திடீர்னு வெறிபிடிச்ச மாதிரி என் மேலேயும் டாக்டர் மேலேயும் கல்லெறிய ஆரம்பிச்சுட்டான். கண்ணாடி ஜன்னல், பல்பு எல்லாமே உடைஞ்சுட்டது.”

இன்ஸ்பெக்டர் மறுபடியும் குமாரின் முடியைப் பற்றி உலுக்கினார். “சொல்லுடா, அவங்க மேல ஏன் கல்லு வீசினே?”

குமார் தன் பெரிய விழிகளை மலர்த்தி இன்ஸ்பெக்டரை ஏறிட்டான். பெரிய மனுஷத் தோரணையில் சொன்னான்.

“இன்ஸ்பெக்டர்! நான் உங்ககிட்ட தனியா பேசணும்.”

“என்னடா?”

“தனியா பேசணும். இவங்களுக்கு முன்னாடி நான் பேச விரும்பலை” குமாரின் முகத்தில் தெரிந்த உறுதியைப் பார்த்ததும் - அவனை ஓரமாய் தள்ளிக் கொண்டு போனார்.

“என்னடா சொல்லப் போறே?”

“இன்ஸ்பெக்டர் ஸார், நான் சொல்றதை நீங்க நம்பணும். என்னோட முதலாளிதான் எங்கப்பாவை கொன்னார்.”

இன்ஸ்பெக்டர் முகம் மாறினார்.

“உங்கப்பாவை அவர் கொன்னாரா?”

“ஆமா ஸார்.”

“நீ பார்த்தியா?”

“நான் பார்க்கலை ஸார். கேட்டேன்.”

“என்ன கேட்டே?”

“முதலாளி அய்யாவும் டாக்டரும் பேசிக்கிட்டிருந்ததைக் கேட்டேன்.”

“என்ன பேசிக்கிட்டிருந்தாங்க?”

தான் கேட்டதை அட்சர வாசகம் பிசகாமல் சொன்னான் குமார். இன்ஸ்பெக்டர் தொப்பியைக் கழற்றி நெற்றி சுருங்கினார். அவன் சொன்னதை கவனமாய் கேட்டுவிட்டு – எத்திராஜுலுவிடமும், டாக்டரிடமும் வந்தார். டாக்டர் கேட்டார்.

“என்ன ஸார் சொல்றான் பையன்?”

“நீங்க ரெண்டு பேரும் பேரம் பேசிட்டிருந்ததா சொன்னான்.”

“இல்லை டாக்டர்...! அவன் ஏதோ உளர்றான்.”

"நீங்களும் மிஸ்டர் எத்திராஜுலுவும் வேலய்யாவோட மரண விஷயத்தை மறைக்க பார்க்கிறீங்கனு பையன் சொல்றான்."

"ஸார்!"

"எத்திராஜுலு வேலய்யாவோட நெஞ்சுல ஏறி மிதிச்சு கொன்னதா சொல்றான். எதிர் பங்களா கூர்க்காவும் இதைப் பார்த்திருக்கானாம்."

எத்திராஜுலு வியர்த்துக் கொண்டே நாற்காலியினின்றும் எழுந்து, "அப்பன் செத்த துக்கத்துல பையன் என்னென்னமோ உளர்றான்."

"அவன் உளர்றானா இல்லை உண்மை சொல்றானான்னு புதைச்ச பாடியை தோண்டி எடுத்துப் போஸ்ட்மார்ட்டம் செஞ்சா தெரிஞ்சுட்டு போகுது."

"இன்ஸ்பெக்டர், இது வேண்டாத பிரச்சினை."

"பையன் பொய் பேசற மாதிரி எனக்குத் தோணலை."

"அவன் என் மண்டையை உடைச்சிருக்கான். வீட்ல இருக்கிற கண்ணாடி ஜன்னல்களை நாசம் பண்ணியிருக்கான். இதுக்கு என்ன சொல்றீங்க?"

"அவன் பண்ணின அந்த காரியங்களுக்காக அவன் மேலே நடவடிக்கை எடுப்போம். அதுக்கு முன்னாடி அவன் சொன்ன தகவல் சரியா தப்பான்னு பார்த்துடுவோம்."

இன்ஸ்பெக்டர் டெலிபோனை நோக்கிப் போனார்.

டயலைச் சுழற்றி – லைன் கிடைத்ததும் – மெலிதான ஆங்கிலத்தில் யாருடனோ பேசினார்.

நாற்காலிகளில் உட்கார்ந்திருந்த எத்திராஜுலுவும் – டாக்டரும் – வியர்வை அரும்பின முகங்களோடு ஒருவரையொருவர் பார்த்துக் கொண்டார்கள்.

இன்ஸ்பெக்டர் ரிஸீவரில் சொல்லிக் கொண்டிருந்தார்.

"சர்ட்டன்லி வீ ஹேவ் டு டூ த ஸேம்... ஸார்..."

டயரியைப் புரட்டிக்கொண்டிருந்த குமார் கதவு தட்டப்படும் சத்தம் கேட்டு கடந்த கால நிகழ்வுகளிலிருந்து கலைந்தான்.

போய் கதவைத் திறந்தான்.

கன்னத் தழும்புக்காரன் கையில் டிஃபன்னோடு நின்றிருந்தான். கேட்டான். "என்ன குமார் தூங்கிட்டியா? ரொம்ப நேரமா கதவைத் தட்டறேன்."

"ஸாரி, என்னோட டயரியைப் படிச்சிட்டிருந்தேன்."

"டயரியைப் படிச்சிட்டிருந்தியா? அதைக் கையில எடுத்தாலே எல்லாத்தையும் மறந்துடுவியே... சரி, வா சாப்பிடலாம்."

"எனக்கு வேண்டாம், பசியில்லை."

"என்ன சொன்னே பசியில்லையா? உனக்காகத்தானே இவ்வளவும் வாங்கிட்டு வந்திருக்கேன். பாயாவும் பரோட்டாவும் சூடா இருக்கு வா... வா."

"அப்படி வெச்சுட்டுப் போ."

கன்னத் தழும்புக்காரன் வைத்துவிட்டு நகர்ந்தான். குமார் மறுபடியும் கயிற்றுக் கட்டிலுக்கு வந்து அந்த டயரியை எடுத்தான். பக்கங்களை புரட்டினான்.

பிப்ரவரி 8 – இன்றுதான் கிருஷ்ணாம்பேட்டை சுடுகாட்டில் அப்பாவின் சடலத்தை மறுபடியும் தோண்டி எடுத்தாங்க. வைத்திய பரிசோதனைக்கு அனுப்பிச்சு வெச்சாங்க. ஆனா முதலாளியும், குடும்ப டாக்டரும் பரிசோதனை பண்ணின டாக்டருக்கு லஞ்சம் கொடுத்து நெஞ்சு வலியில் செத்ததா ரிப்போர்ட் வாங்கிட்டாங்க. இந்த தகவலை என்கிட்ட பெட்டிக்கடை சோமு அண்ணன் சொன்னதுக்காக அவரோட கடையை அடிச்சி நொறுக்கினாங்க.

பிப்ரவரி 9 – அப்பாவோட சடலத்தை இனியும் புதைக்கக் கூடாதுன்னு நினைச்சு ஊரைத்தாண்டி ஒரு பொட்டல் வெளியில போலீஸ் உதவியோட பாடியை எரிச்சார் முதலாளி.

பிப்ரவரி 10 – அதுவரைக்கும் என்கிட்ட அன்பா இருந்த ஸ்டேஷன் இன்ஸ்பெக்டர் என்னை அடிக்க ஆரம்பிச்சார். பொய் சொல்றியா ராஸ்கல்ன்னு முட்டிக்கு முட்டி தட்டினார்.

முதலாளியையும், டாக்டரையும் தாக்கி நான் கொலை பண்ண முயற்சி பண்ணினதா எம் மேல கேஸ்...

பிப்ரவரி 15 – இன்னிக்கு என்னை கோர்ட்டுக்கு கொண்டு போனாங்க. ஜட்ஜ் கேள்வி கேட்டாரு. நான் எதுக்குமே பதில் சொல்லலை.

பிப்ரவரி 16 – இன்னிக்கு எனக்கு காய்ச்சல். நாலைஞ்சு தடவை வாந்தி எடுத்தேன். டாக்டர்கிட்டே கூட்டிட்டு போனாங்க. அவர் ஊசி போட்டார்.

பிப்ரவரி 20 – கோர்ட்ல இன்னிக்கு தீர்ப்பு சொன்னாங்க. சீர்த்திருத்தப் பள்ளியில ரெண்டு வருஷம் நான் இருக்கணுமாம். எனக்கு புத்தி சொல்ற மாதிரி ஜட்ஜ் தீர்ப்பை படிச்சார். என்னால அழுகையை நிறுத்த முடியலை.

பிப்ரவரி 21 – பஸ்ல வேலூருக்கு கூட்டிட்டு போனாங்க. போகும் போது எத்திராஜுலுவோட காரைப் பார்த்தேன். தலை பூராவும் குபுகுபுன்னு ஆத்திரம். கார்ல போற பணக்காரங்களை – யாரைப் பார்த்தாலும் கோபம் கோபமா வந்தது. கண்டதுண்டமா வெட்டி போடணும்ங்கிற மாதிரி வெறி வந்தது. இந்த பாழாப்போன பணம்தானே அப்பாவைக் கொன்னது. அன்னிக்கி நைட் தூங்கும் போது அப்பா கனவுல வந்தாரு... "குமாரு.. இந்த ஊர்ல இருக்குற பணக்காரங்க எல்லாரும் கெட்டவங்கடா... உன்னை வாழ விடமாட்டாங்க! அவங்களைக் கொன்னு அவங்க தலைய என்னோட சமாதிகிட்ட புதைச்சுடு. அப்பதான் எனக்கு நிம்மதி"னு சொன்னாரு.

நான் டயரி எழுதுறத இன்னையோட நிறுத்திட போறேன். என்னால முடியல. எழுதறக்கு நல்ல விஷயமே இல்லை.

"குமார்..."

குரல் கேட்டு டயரியை மூடினான்.

கன்னத் தழும்புக்காரன் உள்ளே வந்தான். முகத்தில் பதட்டம் வியர்வை. குரலில் நடுக்கம். குமார் கேட்டான்.

"என்ன?"

"ரெண்டு கான்ஸ்டபிள் நம்ம ஏரியால நுழைஞ்சிருக்காங்க."

"எதுக்கு...?"

"தொடர்ச்சியா கொலை நடக்கறது சம்பந்தமா நம்ம பேட்டையில இருக்குற ரவுடிகளை விசாரிச்சுட்டு வர்றாங்க. சந்தேகப்படறவங்களை போலீஸ் வேனுக்கு கூட்டிட்டு போறாங்க."

குமார் எழுந்தான். கட்டிலின் மேல் கிடந்த ஜெர்கின் கோட்டை எடுத்து தோளில் போட்டுக் கொண்டான் "நான் வர்றேன்."

"எந்தப் பக்கம் போறே? முன்வாசல் வழியாப் போனா மாட்டிக்குவே. பின்பக்கமா போ! நாளைக்கு ராத்திரிப் பார்க்கலாம்."

குமார் தலையாட்டிக் கொண்டே – வீட்டின் பின்பக்கம் வந்தான். கதவைத் திறந்து கொண்டு அந்த குறுகலான சந்தில் கால் பாவினான். வேகமாய் நடந்து தெரு முனைக்கு வந்தான் – போலீஸ் வேன் சிலரை அடைகாத்தபடி நின்றிருந்தது.

வேன் அருகே சப்-இன்ஸ்பெக்டர் அவினாஷ் தெரிந்தார். கொஞ்சம் தள்ளி இன்ஸ்பெக்டர் நவநீதகிருஷ்ணன் யாரையோ விசாரித்துக் கொண்டிருந்தார்.

குமார் நடையில் - உடம்பில் பதட்டம் காட்டாமல் இயல்பாக நடந்தான். ரோட்டை கடந்து – மறுமுனைக்கு போக முயன்றவன் எதேச்சையாய் போலீஸ் வேனை திரும்பிப் பார்க்க – சப்-இன்ஸ்பெக்டர் அவினாஷ் அவனையே பார்த்துக் கொண்டிருப்பது போல் தெரிந்தது. குமாரின் நெஞ்சில் தீ மாதிரி திகில் இறங்கியது.

திரும்பிப் பார்க்கக் கூடாது என்று மனது நினைத்த போதிலும் - உடம்பு ஓர் அனிச்சை செயலுக்கு உட்பட்டு – தலையைத் திருப்பியது. பார்த்தது.

அவினாஷ் - குமாரைச் சுட்டிக்காட்டி நவநீத கிருஷ்ணனிடம் ஏதோ சொல்லிக் கொண்டிருப்பது தெரிந்தது.

17

அவினாஷ் இன்ஸ்பெக்டர் நவநீதகிருஷ்ணனிடம் ஏதோ சொல்லிக் கொண்டிருப்பதைப் பார்த்ததும், குமார் நடையின் வேக சதவீதத்தை அதிகப்படுத்தினான். எதிர்ப்பட்ட குறுக்குச் சந்தில் ஓடி – மறுபக்க மெயின் ரோட்டுக்கு வந்ததும் - திருப்பத்தில் வேகம் குறைந்து வந்த பல்லவன் பஸ்ஸில் தொற்றி ஏறினான்.

பஸ் வேகமெடுத்து – நகர்ந்த அதே விநாடி – நவநீத கிருஷ்ணனிடம் அவினாஷ் ஓடிக்கொண்டே சொன்னார். “சார், அவனோட நடை எனக்கு கொஞ்சம் பரிச்சயமான நடையா தெரியுது.”

“போட்டிருந்த ட்ரஸ்ஸூம், சீவியிருந்த தலைமுடியும் கூட கொஞ்சம் வித்தியாசமாத்தான் தெரியுது. எல்லாத்துக்கும் மேலா போலீஸைப் பார்த்ததும் அவன் ஏன் ஓடணும்?”

“அவன்கிட்ட என்னமோ தப்பு இருக்கு சார்.”

“ஆளை பிடிச்சிடலாம். எங்கே போயிடப் போறான்?” பேசிக் கொண்டே வந்து மெயின் ரோட்டின் விளிம்பைத் தொட்டதும் திகைத்தார்கள். ‘ஆளைக் காணோம்!’

‘அதற்குள் எங்கே போயிருப்பான்.’

ஒரு பத்து நிமிடத்தை செலவழித்து ஆட்டோ ஸ்டாண்ட், பஸ் ஸ்டாப் முழுவதும் அலசிப் பார்த்துவிட்டு போலீஸ் வேன் நின்றிருந்த பழைய இடத்துக்கே போனார்கள்.

நவநீதகிருஷ்ணன் சொன்னார். "அவினாஷ்! நம்மளப் பார்த்ததும் ஓடி மறைஞ்சவன் இதே இடத்தை சேர்ந்தவனாத்தான் இருக்கணும். நீங்க அந்த டீக்கடை, விறகு மண்டி, நெய் ஸ்டோர் இங்கெல்லாம் அவனைப் பத்தி கேட்டுப் பாருங்க. அவன் யாருங்கற தகவல் கிடைக்க வாய்ப்பு இருக்கு."

"எஸ் சார்."

அவினாஷ் அந்த டீக்கடையை நோக்கிப் போனார். பாய்லரின் அடித் தட்டை ஆட்டி ஆட்டி சாம்பலை உதிர்த்துக் கொண்டிருந்த பரட்டை தலை ஆசாமி பவ்யமாக லுங்கியை இறக்கி விட்டான். அவினாஷ் கேட்டார்.

"எத்தனை வருஷமா டீக்கடை வெச்சிருக்கே?"

"ஒரு வருஷமா சார்..."

"இப்ப நான் கேக்கிறதுக்கு யோசிச்சு பதில் சொல்லணும்."

"கேளுங்க சார்."

"உயரமா சிலும்பின தலை முடியோட ஜெர்கின் கோட் போட்ட ஆளு யாராவது இந்த ஏரியால இருக்காங்களா?"

டீக்கடைக்காரன் விழித்தான். "ஜெர்கின் கோட்டுன்னா என்ன சார்?"

"தோல்ல தெச்சு போட்ட ட்ரஸ் மாதிரி இருக்கும்."

"அப்படி யாரும் இங்கே இருக்கிற மாதிரி தெரியலையே சார்."

"அவசரப்பட்டு சொல்லாதே. யோசிச்சு சொல்லு."

அவன் தன் பரட்டைத் தலையைக் கீறிக்கொண்டே – பார்வையை எங்கே பதித்துக் கொண்டு யோசித்தான். நிமிஷ நேரம் யோசித்து விட்டு – மறுபடியும் தலையாட்டினான்.

"எனக்குத் தெரியலை சார். வேணும்னா ஜெயபாலைக் கேட்டுப் பாருங்க."

"அது யாரு ஜெயபால்?"

“அதோ அந்த சலூன் கடை வெச்சிருக்காரே அவர்தான். அவராண்டைதான் இந்தப் பேட்டையில இருக்கிற எல்லோரும் முடி வெட்டிக்கப் போவணும்.”

அந்த ஜெயபாலை சில்க், அனுராதா, டிஸ்கோ சாந்தி காலண்டர்களுக்கு மத்தியில் போய் பிடித்தார் அவினாஷ். அடையாளங்களைச் சொல்லி அவனைப் பற்றி கேட்டதும் அவனும் நெற்றியைத் தேய்த்துக்கொண்டு உதட்டைப் பிதுக்கினான்.

“தெரியலை சார்.”

“இந்தப் பேட்டையில யாரைக் கேட்டா விவரம் தெரியும்?”

சலூன் ஜெயபால் சிரித்தான். “இந்த மாதிரியான விவரத்துக்கெல்லாம் கார் மெக்கானிக் காளியப்பனை தான் பிடிக்கணும் சார். இந்தப் பேட்டையில அவர் இருபத்தஞ்சு வருஷமா இருக்கார். பேட்டையில எத்தினி ஆணு, எத்தினி பொண்ணுன்னு கேட்டாலும் கணக்கா சொல்லிடுவார். அவராண்ட போங்க. ஆள் யாருங்கிற விவரம் கண்டிப்பா கிடைக்கும்.”

அவினாஷ் எரிச்சலானார்.

“அந்த கார் மெக்கானிக் காளியப்பன் வீடு எது?”

“பேட்டையில ஏழாவது குறுக்குத் தெரு. அஞ்சாம் நம்பர் வீடு, வீட்ல அவர் மட்டுந்தான் இருப்பார். ஒண்டிக் கட்டை. கன்னத்துல நீளமான தழும்பு ஒண்ணு இருக்கும்.”

அவினாஷ் சலூன் கடையினின்றும் கீழே இறங்கி அந்த குறுகலான தெருவில் ஏழாவது குறுக்குத் தெருவை தேடிக் கொண்டு நடந்தார். ஒவ்வொரு குறுக்குத் தெருவிலும் கான்ஸ்டபிள்கள் புகுந்து சந்தேகப்பட்ட ரவுடிகளை வேனுக்கு இழுத்துக் கொண்டிருந்தார்கள்.

அவினாஷ் வேப்ப மரத்துக்கு கீழே பாய்ந்த சாக்கடையைத் தாண்டிக் கொண்டு அந்த ஏழாவது குறுக்குத்

தெருவில் நுழைந்தார். சாக்பீஸால் ஐந்து என்று எழுதியிருந்த அந்த வீட்டின் கதவுக்கு முன்னால் வந்து நின்றார்.

சாத்திக் கிடந்த கதவை மெல்ல தட்டினார்.

"டொக்... டொக்...!"

அடுத்த சில வினாடிகளில் – கன்னத் தழும்புக்காரன் கதவைத் திறந்துகொண்டு தலையை நீட்டினான். அவினாஷைப் பார்த்தும் லேசாய் முகம் மாறினான்.

"யார் சார் வேணும்?"

"கார் மெக்கானிக் காளியப்பன் நீதானா...?"

"ஆமா..."

"உன்கிட்ட ஒரு விவரம் கேக்கணும்."

"கேளுங்க சார்" என்று சொல்கிற போதே புருவ மத்தியில் வியர்வைத் துளிகளை வாங்கியிருந்தான் காளியப்பன்.

அவினாஷ் அடையாளங்களைச் சொல்லி குமாரைப் பற்றி கேட்டார். "அவனை உனக்குத் தெரியுமா? அவன் என்னைப் பார்த்ததுமே ஓடிப் போயிட்டான்."

காளியப்பன் யோசிப்பது போல் நடித்துக் கொண்டே கேட்டான். "உயரமா இருப்பானா சார்?"

"ஆமா."

"பரட்டைத் தலை...?"

"எஸ்..."

"ஜெர்கின் கோட் என்ன கலர்?"

"கருப்பு"

கண்ணை மூடி யோசித்து விட்டு – வாய் திறந்தான். "இந்தப் பேட்டையில நான் இருபத்தைஞ்சு வருஷமா இருக்கேன் சார். நீங்க சொன்ன அடையாளத்துல இருக்குற யாரையும் நான் என்னிக்குமே பார்த்ததில்லையே சார்."

"கொஞ்ச நேரத்துக்கு முன்னாடி நான் அவனைப் பார்த்தேனே?"

"வேற ஏரியாலிருந்து வந்திருப்பான் சார்."

"காளியப்பன்...!"

"சொல்லுங்க சார்..."

"அந்த ஜெர்கின் கோட் ஆளுக்கு இந்த ஏரியால இருக்கிற யாரோ ஒருத்தனுக்கும் ஏதோ ஒரு வகையில தொடர்பு இருக்கு. இல்லேன்னா அவன் இந்த ஏரியாவுக்கு வரவேண்டிய அவசியமே இல்லை. இந்த நிமிஷத்திலிருந்து உன் கையில ஒரு பொறுப்பைத் தரப் போறேன்."

"தாங்க ஸார்."

"மறுபடியும் அவன் இங்கே வருவான். வந்தா உடனே போலீஸுக்குத் தகவல் தரணும்."

"கண்டிப்பா சார்...! அந்த நிமிஷமே போன் பண்றேன் சார்."

"அப்புறம் இன்னோரு காரியமும் நீ பண்ணனும், சாராயக்கடை, டீக்கடை, பெட்டிக்கடைப் பக்கமா போய் உட்கார்ந்துகிட்டு அவனோட அடையாளங்களைச் சொல்லி எல்லோருடைய வாயையும் கிண்டிப் பார்க்கணும்."

"பார்த்துடறேன் சார்."

"நீ ஆளை பிடிச்சு குடுத்தா நம்ம டிபார்ட்மெண்ட்ல சொல்லி ஏதாவது பண உதவிக்கு ஏற்பாடு பண்றேன்."

"அதெல்லாம் எனக்கு வேண்டாம் சார். உங்களுக்கு உதவி செய்யறதே ஒரு சந்தோஷந்தானே சார்."

அவினாஷ் காளியப்பனை தட்டிக் கொடுத்துவிட்டு வாசற்படியை விட்டு கீழே இறங்கினார். காளியப்பன் அவர் முதுகையே வெறித்துப் பார்த்தான்.

போலீஸ் கமிஷனரின் அறை.

அவருடைய பிரத்யேக அறை. சுற்றிலும் கண்ணாடி ஜன்னல்கள் மெல்லிய திரைச்சீலைகளோடு தெரிய, கோழி முட்டை வடிவ வழுவழுப்பான மேஜையைச் சுற்றிலும்

போலீஸ் அதிகாரிகள் தொப்பிகளில்லாத தலைகளோடு உட்கார்ந்திருந்தார்கள்.

இடமிருந்து வலமாய் நவநீதகிருஷ்ணன், அவினாஷ், ஆல்பர்ட், ராஜன், க்ரைம் விஜிலென்ஸ் விங்கில் இரண்டு பேர் – மையத்தில் கமிஷனர். கமிஷனருக்கு பக்கத்தில் எஸ்.பி.

கமிஷனர் கோபமாய் பேச ஆரம்பித்தார்.

“நடந்திருக்கும் கொலைகள் மிக மோசமான கொலைகள். நகரின் இரு பெரும் பணக்காரர்கள். ஆளும் கட்சிக்கு வேண்டியவர்கள் கொலை செய்யப்பட்டிருப்பதால் தமிழ்நாடு பூராவும் பதட்டம் அரும்பியிருக்கிறது. ஜி.ஹெச்சில் ஒரு நர்ஸூம் நோயாளியும் போலீஸ் இன்ஸ்பெக்டர் வார்டில் இருக்கும்போதே குரூரமான முறையில் கொல்லப் பட்டிருக்கிறார்கள். பொதுமக்களுக்கு நம்மைப் பார்த்தால் மரியாதை வர வேண்டும். குற்றம் செய்பவர்களுக்கு பயம் வர வேண்டும். சிரிப்பு வரக் கூடாது.”

எல்லாரும் நேர்பார்வை பார்த்துக்கொண்டு அமைதியாய் உட்கார்ந்திருந்தார்கள். கமிஷனர் திரும்பினார்.

“மிஸ்டர் நவநீதகிருஷ்ணன்!”

“எஸ் ஸார்.”

“இந்தக் கேஸில் உங்களால் தீர்வை எட்ட முடியும் என்று தோன்றுகிறதா?”

“அனைத்து நடவடிக்கைகளையும் மேற்கொண்டு செய்திருக்கிறோம். இன்னும் சில முயற்சிகள் செய்தால் முடியும் சார்.”

“எனக்கு வேண்டியது முயற்சிகள் அல்ல... இன்னும் ஒரே வாரத்தில் கொலையாளியை என் முன்னால் நிறுத்த வேண்டும். முடியுமா?”

நவநீதகிருஷ்ணன் எச்சில் விழுங்கிக்கொண்டு அவினாஷைப் பார்க்க, அவினாஷ் தர்மசங்கடமாய்த் தலைகுனிந்து மேஜையைக் கீறினார்.

"மிஸ்டர் ஆல்பர்ட்! நீங்கள்...?" கமிஷனர் இன்ஸ்பெக்டர் ஆல்பர்ட்டிடம் கேட்டார்.

"சார்...! நானும் முயற்சி செய்துக் கொண்டுதான் இருக்கிறேன். இன்னும் ஒரு பத்து பதினைந்து நாட்களில் கொலையாளி பிடிபடுவான்."

"ஒரு வாரத்தில் முடியாதா?"

"சாரி சார்...! தீர்மானமாய் என்னால் சொல்ல முடியவில்லை." கமிஷனர் மேஜை மேலிருந்த இண்டர்காமைத் தடவி – ரிஸீவரை எடுத்தார். காதுக்குக் கொடுத்து ஒரு பட்டனைத் தட்டினார். மெல்லிய குரலில் சொன்னார்.

ரிஸீவரைக் கவிழ்த்தபடியே – எல்லோரையும் ஏறிட்டார்.

"போலீஸ் துறை அமைச்சரின் உத்தரவின் பேரில் - இந்த வழக்கை நடத்த க்ரைம் பிராஞ்ச் ஸ்பெஷல் ஆபிஸர் மிஸ்டர் விவேக்கும் அவருக்கு உதவியாக இன்ஸ்பெக்டர் கோகுல்நாத்தும் சென்னைக்கு அழைக்கப்பட்டு உள்ளார்கள். கேஸ் ஃபைல்களை படித்துப் பார்த்த விவேக் குற்றவாளியை இன்னும் ஒரு வார காலத்தில் பிடித்துக் கொடுக்கப் போவதாக உறுதி கூறியுள்ளார். அவருக்கு இந்த வழக்கில் சில சந்தேகங்கள் ஏற்பட்டுள்ளன. அந்த சந்தேகங்களைப் போக்கிக் கொள்வதற்காக உங்களுடன் பேச விரும்புகிறார்."

கமிஷனர் சொல்லிக் கொண்டிருக்கும்போதே கதவின் கைப்பிடி தாழ்த்தப்பட்டு – விவேக்கும் கோகுல்நாத்தும் உள்ளே வந்தார்கள்.

விவேக் காலர் இல்லாத சந்தன நிறக் கோட்டிலும் அதே நிற பேண்டிலும் கச்சிதமாய் வர அருகே யூனிஃபார்மோடு கோகுல்நாத் மிடுக்காய் தெரிந்தார்.

பரஸ்பர அறிமுகங்கள், புன்னகைகள், கைகுலுக்கல்களுக்கு பிறகு விவேக் உட்கார்ந்தபடியே ஃபைலைப் புரட்டிக் கொண்டே பேசினான்.

"மொத்தம் நான்கு கொலைகள் நடந்திருக்கிறது. இதில் இரண்டு கொலைகள் ஒரே மாதிரியாய் - அதாவது தலையை வெட்டிக்கொண்டு போயிருக்கிறார்கள். வெட்டிக்கொண்டு போன தலைகளை போலீஸ் தரப்பில் இதுவரைக்கும் கண்டுபிடிக்கவே இல்லை. அந்தத் தலைகளைக் கொண்டு போனவன் அதை என்ன செய்தான் என்பதும் தெரியாது. ஜி.ஹெச்சில் கொலையுண்ட நர்ஸும் காயம்பூவும் ஒரு கிளைக் கேஸில் வருகிறார்கள். இந்த கேஸ் ஃபைல்களைப் படித்துப் பார்த்தால் - சந்திரமவுலி, ஆளவந்தார் கொலைகளுக்கும் சம்பந்தம் இல்லாதது மாதிரி தோன்றினாலும் மயிரிழை பருமனில் ஒரு தொடர்பு இருப்பது எனக்குத் தெரிகிறது."

விவேக் சொல்ல –

கமிஷனர் உட்பட எல்லோரும் நிமிர்ந்தார்கள்.

அவன் தொடர்ந்தான். "காயாம்பூ யாராலோ கத்தியால் குத்தப்பட்டு குற்றுயிராய் மருத்தவமனையில் அனுமதிக்கப் பட்டிருந்தான். அவன் ஒரு பழைய கேடி என்பதும் கேஸ் ஃபைலில் சொல்லப்பட்டிருக்கிறது. சந்தரமவுலியின் கொலை நடந்த - இரண்டு மூன்று தினங்களுக்குள்ளாகவே காயாம்பூ - நர்ஸ் சம்பவங்கள் நடந்திருக்கின்றன. சந்திரமவுலியை கொன்ற நபருக்கும் காயாம்பூவுக்கும் தொடர்பு இருந்திருக்க வாய்ப்பிருக்கலாம்."

"அதை எப்படிச் சொல்கிறீர்கள்?"

"ஒரு அனுமானம்தான். கத்திக்குத்து பட்ட காயாம்பூ சாகவில்லை. அவன் உயிரோடு இருந்தால் - யார்க்கோ விபரீதம். ஸோ...! போலீஸ் காவலையும் மீறி உள்ளே வந்து காயாம்பூவை முடித்திருக்கிறார்கள். தடையாய் இருந்த நர்சையும் தீர்த்திருக்கிறார்கள். கொலையாளி ஒரு மன நோயாளியாய் இருக்கலாம். பணக்கார்களின் மேல் ஒரு வெறுப்பு பிறந்து அதன் காரணமாக இந்தக் கொலை முயற்சிகளில் ஈடுபட்டிருக்கலாம்."

விவேக் பேசிக் கொண்டிருக்கும் போதே –

இண்டர்காம் கனைத்தது.

கமிஷனர் ரிஸீவரை எடுத்தார்.

மறுமுனையில் ஒரு பெண் குரல் ஒலித்தது.

“ஹோட்டல் குபேராவில் இருந்து பேசறோம்...”

18

போலீஸ் கமிஷனர் டெலிபோனில் ஆர்வமானார். கேட்டார்.

"என்ன விஷயம்...?"

"குபேரா குரூப்ஸ் டைரக்டர் மிஸ்டர் கோவிந்தமேனன் உங்ககூட பேச விரும்பறார். லைன் தரட்டுமா சார்?"

"ப்ளீஸ்..."

ஐந்து நொடி கரகரப்புக்கு பின் - அந்தக் குரல் கேட்டது. "ஐ'ம் கோவிந்தமேனன்... லைனில் இருப்பது போலீஸ் கமிஷனர்தானே?"

"எஸ்..."

"கமிஷனர் சார், இரண்டு நாட்களுக்கு முன்னால் என்னைக் கேட்டு டெலிபோன் செய்து இருந்தீர்களாமே?"

"ஆமாம்."

"சொல்லுங்கள் என்ன விஷயம்?"

"அதைப்பற்றிப் பேச எங்கள் டிபார்ட்மெண்ட்டிலிருந்து உங்களைப் பார்க்க வருவார்கள். உங்களிடம் ஒரு சின்ன விசாரணை நடத்துவார்கள். உடனடியாக நீங்கள் நேரம் ஒதுக்கித்தர வேண்டும்."

"என்ன கமிஷனர் சார், ஏதாவது ரெய்ட் விஷயமா?"

"நோ... நோ...! இது உங்கள் தனிப்பட்ட விஷயம்..."

"நான் இப்போது ஓய்வாகத்தான் இருக்கிறேன். உங்க டிபார்ட்மெண்ட் ஆட்களை வரச் சொல்லலாமே?"

"வித் பிளஷர்."

ரிஸீவரைக் கவிழ்த்துவிட்டு – தன் எதிரிலிருந்த விவேக்கைப் பார்த்தார் கமிஷனர். "கொலையாளியின் லிஸ்ட்டிலிருக்கிற மூன்றாவது நபர் தான் இந்த கோவிந்தமேனன். பல ஓட்டலுக்களுக்குச் சொந்தக்காரர். சிட்டியில் மூன்றாவது பெரிய பணக்காரர் என்று 'மெட்ராஸ் அட் ஏ கிளான்ஸ்' புக் சொல்கிறது. கொலையாளியிடமிருந்து அவரைக் காப்பாற்ற வேண்டிய பொறுப்பு நமக்கு இருக்கிறது – விவேக்!"

"கண்டிப்பாக சார்."

"நீங்களும், மிஸ்டர் கோகுல்நாத்தும் கோவிந்தமேனனை போய்ப் பாருங்கள். அவரிடம் பட்டும் படாமல் விஷயத்தை சொல்லுங்கள்."

"எஸ் சார்."

விவேக் கோகுல்நாத்தும் எழுந்தார்கள்.

ஹோட்டல் குபேரா. ஆறு மாடிக் கட்டிடத்தோடு – கடலுக்கு முதுகைக் காட்டிக் கொண்டு நின்றது.

ஏதோ ஒரு பொட்டல் காட்டில் வளர்ந்திருந்த இரண்டு பனைமரங்களை வேரோடு பிடிங்கிக் கொண்டு வந்து காம்பவுண்ட் கேட்டிற்கு இருபுறமும் நட்டிருந்தார்கள். கார்கள் ஒழுங்காய் கார் பார்க்கிங் சதுரத்துக்குள் நிறுத்தப்பட்டிருக்க ஓட்டலின் பின்பக்கம் பாதி தெரிந்த நீச்சல் குளத்தில் சிலர் நீச்சலடிக்கிற ஆரவாரம் கேட்டது.

விவேக்கும் கோகுல்நாத்தும் பைக்கை நிறுத்திவிட்டு ஓட்டலுக்குள் நுழைந்து தெற்றுப் பல்லோடு சிரித்த ரிசப்ஷனிஸ்டை நெருங்கினார்கள். கோவிந்தமேனனைப் பார்க்க வேண்டும் என்று சொன்னார்கள்.

"கம்மிங் ஃப்ரம்...?"

"போலீஸ் டிபார்ட்மெண்ட்."

"ஹி ஈஸ் வெயிட்டிங் ஃபார் யூ சார். கோ ஸ்ட்ரெயிட் அண்ட் டேக் த லெஃப்ட் சைட். வெரி ஃபர்ஸ்ட் ரூம் ஈஸ் த டைரக்டர் ரூம்."

விவேக்கும் கோகுல்நாத்தும் பாலீஷ் போட்ட மொசைக் பரப்பில் பூட்ஸ் சத்தங்களோடு நடந்தார்கள். நீளமான வராந்தாவில் நடந்து திரும்பியதும் 'டைரக்டர்' என்று சொன்ன போர்ட் கண்ணில் பட, கதவைத் தட்டினார்கள்.

"டொக்... டொக்..."

"எஸ் கம்மின்."

உள்ளே போனார்கள்.

கோவிந்தமேனன் கண்ணாடி மேஜைக்குப் பின்னால் பைப்பைக் கடித்தபடி தெரிந்தார். ஆங்கிலப் படங்களில் வருகின்ற வயதான கதாநாயகன் மாதிரியான தோற்றம். நரையை மறைக்க டை அடித்து – அடித்து அது நிறம் மாறி ஒருவித பழுப்பு நிறத்திற்குப் போயிருந்தது. மூக்குக் கண்ணாடியின் ஃபிரேமில் தங்கம் மினுமினுத்தது. பழுப்புநிற சூட்டில் ஐரோப்பிய நாகரீகத்தைக் காட்டினார்.

"ப்ளீஸ் பி ஸீட்டட்."

அவர் நாற்காலிகளைக் காட்ட விவேக்கும் - கோகுல்நாத்தும் உட்கார்ந்தார்கள்.

"எனி ட்ரிங்க்ஸ்?"

"வேண்டாம்."

"கமிஷனர் போன் பண்ணியதிலிருந்து எனக்கு ஒரே டென்ஷன்... வாட்ஸ் த மேட்டர்...! எனிதிங் சீரியஸ்?"

"நத்திங்...! சிட்டியில் கொஞ்ச நாளாகவே சில அசம்பாவிதங்கள் நடந்து கொண்டு இருக்கின்றன. மிஸ்டர் சந்திரமவுலி, மிஸ்டர் ஆளவந்தார் இரண்டு பேரும் ஒரே மாதிரியாய் கொலை செய்யப்பட்டிருக்கிறார்கள். கொலையின்

நோக்கம் பணக்காரர்களை தேடிப்பிடித்து கொல்வதாக இருக்கலாம். அதனால் உங்களை எச்சரிக்கை செய்துவிட்டு போகலாம் என வந்தோம்.”

கோவிந்தமேனன் முகம் மாறினார்.

“ஏன் அப்படி...?”

“அவன் ஒரு மன நோயாளியாக இருக்கலாம். அதனால் நாங்கள் இப்போது உங்களிடம் கேட்கப் போகிற சில கேள்விகளுக்கு தெளிவாக பதில் எதிர்பார்க்கிறோம்.”

“கேளுங்கள்...”

“நீங்கள் எப்பவாவது யாரையாவது மனக்கஷ்டத்திற்கு உட்படுத்தியதுண்டா?” இந்த கேள்வியைக் கேட்டவுடன் அதுவரை ஆங்கிலத்தில் பேசிக் கொண்டிருந்தவர் முகம்மாறி நல்ல தமிழில் பேச ஆரம்பித்தார்.

“நீங்க சொல்றது எனக்கு புரியலை.”

“உங்களால பாதிக்கப்பட்டவங்க யாராவது உண்டா?”

நெற்றியில் கோடுகள் விழ யோசித்தார் கோவிந்தமேனன். அரை நிமிஷ நேரம் யோசித்து விட்டு நிமிர்ந்தார்.

“என்னால பாதிக்கப்பட்டவங்க யாருமே கிடையாது. நான் நிறைய பேருக்கு உபகாரம்தான் பண்ணியிருக்கேன்.”

“கொலையான சந்திரமவுலியை உங்களுக்குத் தெரியுமா?”

“தெரியாது..”

“ஆளவந்தாரை...?”

“அவரையும் எனக்குத் தெரியாது...”

“மிஸ்டர் கோவிந்தமேனன், நீங்க மறைக்கக்கூடிய எந்த விஷயமும் பின்னாடி விபரீதமா மாறலாம். ஏதாவது இருந்தா இப்பவே சொல்லிடுங்க.”

கோவிந்தமேனன் லேசாய் எரிச்சல்பட்டார். “என்னை எதுக்காக குற்றவாளி மாதிரி குறுக்கு விசாரணை பண்ணிட்டிருக்கீங்க? கோ அண்ட் ட்ரேஸ் த மர்டரர்...”

அடுத்த சில நிமிஷங்களில் அறையை விட்டு வெளியே வந்த விவேக் கேட்டான். "என்ன ஆளு இப்படி எரிஞ்சு விழறான்?"

"யோசிக்கணும்...!" என்றார் கோகுல்நாத்.

"அவர்கிட்டே என்னமோ தப்பு இருக்கு... கோகுல்நாத்!" என்றான் விவேக்.

19

நகர எல்லையை விட்டு ஒதுங்கியிருந்தது அந்த பார்.

இரவு பத்து மணி.

அரையிருட்டான பாருக்குள் கூட்டம் குறைவாயிருந்தது. மூலையோர மேஜையில் எதிரும் புதிருமாய், குமாரும் கன்னத் தழும்புக்காரனும் உட்கார்ந்திருந்தார்கள்.

இரண்டு பீர்பாட்டில்கள் காலியாகி கீழே உருண்டு கிடக்க, மேஜையின் மேல் இரண்டு பீர்பாட்டில்கள் உயிரோடு இருந்தன.

“அப்புறம் என்ன விசாரிச்சான் அந்த சப்-இன்ஸ்பெக்டர்...?”

“உன்னை எங்கேயாவது பார்த்தா பிடிச்சுக் கொடுக்கச் சொன்னான்.”

“முட்டாள்...!” சிரித்துக்கொண்டே பீரை கண்ணாடி டம்ளர்களில் வார்த்தான். “என்னைப் பிடிக்க இனிமே எவனாவது ஒருத்தன் பொறந்துதான் வரணும்.”

“கு... குமார்” கன்னத் தழும்புக்காரன் அவன் கையை தயக்கமாய்த் தொட்டான்.

“என்ன...?”

“போலீஸ்கிட்ட சீக்கிரமே மாட்டிக்கப் போறோம்னு தோணுது...”

“உளறாதே.”

"இது உளறல் இல்லை குமார்... நிஜம். நீ இதோட கொலைகளை நிப்பாட்டிக்கிறது உத்தமம். கோவிந்தமேனனை உன்னால நெருங்க முடியாது."

"அந்த கோவிந்தமேனனை பத்தி உனக்குத் தெரியாது. அவன் சாக வேண்டியவன். அவன் ஒரு பணக்கார பொறுக்கி."

"ஊர்ல அவனுக்கு நல்ல பேர் இருக்கு. ஒவ்வொரு மாசமும் சிட்டியில நடக்கிற கல்யாணங்கள்ல– சிறந்த தம்பதிகளை தேர்ந்தெடுத்து – அவங்களுக்கு ரொக்கப் பரிசு கொடுத்து – அவனோட ஃபைவ் ஸ்டார் ஓட்டல்ல - ஸ்பெஷல் சூட்ல ஒரு வாரம் இலவசமா தங்கிக்கவும் விடறான். இந்த மனசு யார்க்கு வரும்."

குமார் பீர் வழிகிற வாயோடு சிரித்தான்.

"ஏன் குமார் சிரிக்கிறே?"

"அந்த ராஸ்கல் ஏன் தெரியுமா அவங்களை அவனோட ஓட்டல் ரூம்ல தங்க வெக்கிறான்?"

"எதுக்கு?"

"புதுசா கல்யாணமான ஜோடிக்கு இலவசமா ஃபைவ் ஸ்டார் ஓட்டல்ல ரூம் கிடைச்சா சும்மாவா இருப்பாங்க..."

"கு... குமார்... நீ... என்ன சொல்றே...?"

"ஒரு வாரம் பூராவும் அவங்க பண்ற லீலா வினோதங்களை சுவர்ல மறைச்சு வெச்சிருக்கிற கேமரா மூலமா நீலப் படமெடுத்து துபாய்க்கும் மத்த அரபுநாடுகளுக்கும் அனுப்புறான்."

"அடப்பாவி..."

"அந்த பாவியை சும்மா விடலாமா?"

"இப்படி சம்பாதிச்சுதான் ஃபைவ் ஸ்டார் ஓட்டலாக் கட்டறானா?"

"பின்னே அவனுக்கு பணம் ஏது? இவன மாதிரியே பணக்கார பொறுக்கி நிறைய பேர் ஊர்ல இருக்காங்க

என்னோட லிஸ்ட்ல அஞ்சு பேரை முடிச்சதும், இன்னொரு லிஸ்டை நானே தயாரிச்சு ஒவ்வொருத்தனையா தீர்க்கப் போறேன்."

"குமார், கொஞ்சம் மெதுவா பேசு."

"ம்... ம்..."

"அவனை எப்படி முடிக்கப் போறே?"

"அதான் யோசிச்சிட்டிருக்கேன்."

"இப்போ எங்கே இருக்கான்?"

"ஓட்டல் குபேராலதான்."

"நீ உள்ளே நுழையறது கஷ்டம்."

"உள்ளே நுழைஞ்சு அவனோட தலையை கொண்டு வந்துட்டா?"

"எப்படி முடியும்? புரியலை...?"

"வெளியில போனதும் சொல்றேன். அந்த பேரர் ரெண்டு தரம் உன்னையும் என்னையும் திரும்பி பார்த்துட்டான்."

பீரை வயிற்றில் வார்த்துக் கொண்டு இருவரும் வெளியே வந்தார்கள்.

குபேரா ஓட்டலின் எல்லா மாடி ஜன்னல்களிலும் விளக்குகள் அணைந்து போயிருந்தது. கோவிந்தமேனன் அறையில் மட்டும் நீல நிற வெளிச்சம் தெரிந்தது.

கோவிந்தமேனன் கட்டிலில் சாய்ந்திருக்க –

எதிரே அந்த ஆள் நின்றிருந்தான். மார்புக்கு குறுக்கே கைகயைக் கட்டி கண்களில் பவ்யம் காட்டினான்.

"பாசு..."

"சார்...?"

"இந்த ஏரியா இன்ஸ்பெக்டர்க்கும், சப்-இன்ஸ்பெக்டருக்கும் வழக்கமா போற மாமூல் போயிட்டுத்தானே இருக்கு?"

“ஆமா சார்.”

“பின்னே ஏன் போலீஸ் கெடுபிடி அதிகமா இருக்கு? போலீஸ் ஹை-அபிஷியல்ஸுக்கும் நம்ம ஓட்டல் மேலே ஏதோ ஒரு சந்தேகம் வந்திருக்கணும்! அதனாலதான் ஏதோ விசாரணைங்கற பேர்ல நம்மளை தேடித் தேடி வர்றாங்க!”

அதே வினாடிகளில்...

ஹோட்டல் குபேரா ரிசப்ஷன் அறை.

ஒரு உருவம் ரிசப்ஷனிஸ்ட்டிடம் பேசிக் கொண்டிருந்தது. “மிஸ்டர் கோவிந்தமேனனிடம் ஒரு முக்கியமான விஷயத்தைச் சொல்ல வேண்டும், கமிஷனரின் உத்தரவு.”

அவள் எரிச்சலோடு இண்டர்காமின் ரிஸீவரை எடுத்தாள். ஒரு பட்டனைத் தட்டிவிட்டு மிரண்ட விழிகளோடு காத்திருந்தாள்.

நிமிஷ நேர ரீங்காரிப்புக்குப் பின் –

கோவிந்தமேனன் குரல் கேட்டது.

“எஸ்.”

“சார் அந்த இன்ஸ்பெக்டர் வந்திருக்கிறார்.”

“ரூம்தானே வேணும். சரி, ரூம்ல தங்கிக்கச் சொல்லு.”

“அவர் உங்கிட்ட பேசணுமாம்.”

“காலையில பேசிக்கலாம்ன்னு சொல்லு.”

“ஏதோ முக்கிய விஷயமாம். கமிஷனர் சொல்லி அனுப்பினாராம்.”

“இந்த போலீஸ்காரங்ககூட பெரிய ரோதனை. பாதுகாப்புக்காக வர்றாங்களா இல்லை கழுத்தறுப்புக்காக வர்றாங்களா...? ம்... அனுப்பு.”

கோவிந்தமேனன் எரிச்சலோடு –

ரிஸீவரை வைத்துவிட ரிசப்ஷனிஸ்ட் நிமிர்ந்தாள்.

“டைரக்டர் ரொம்பவும் கோபமா இருக்காரு... உடனே பேசிட்டு வந்துடுங்க சார்.”

"ஸாரி ஃபார் த டிஸ்டர்பன்ஸ்... நிமிஷ நேரத்துல பேசிட்டு வந்துடறேன்" – சொல்லிவிட்டு உருவம் நடக்க ஆரம்பித்தது.

அதே வினாடிகளில்...

எங்கேயோ வெளியில் போய்விட்டு ஸ்டேஷனுக்கு திரும்பிய இன்ஸ்பெக்டர் நவநீதகிருஷ்ணன் அங்கே நின்றிருந்த கான்ஸ்டபிள்களைப் பார்த்து ஆச்சரியப்பட்டார்.

"என்னய்யா... இங்கே நின்னுட்டிருக்கீங்க! உங்களை குபேரா ஹோட்டல்லதானே செண்ட்ரியா போட்டிருந்தேன்?"

கான்ஸ்டபிள்கள் விரைந்து நின்றபடி சொன்னார்கள். "எஸ் சார், ஆனா ஹோட்டல் அத்தாரிடீஸ் செக்யூரிட்டி வேண்டாம்னு சொல்லி திருப்பி அனுப்பிச்சுட்டாங்க."

"ஏன் வேண்டாம்னு சொன்னாங்க!"

"தெரியலை சார்..."

"அவங்க வேண்டாம்னு சொன்னா நீங்க உடனே திரும்பி வந்துடறதா? ஸ்டேஷனுக்கு சொல்ல வேண்டாம்? இந்த கோவிந்தமேனனுக்கு ஆபத்து இருக்குன்னு சொல்லித்தானே... உங்களை செண்ட்ரியா அனுப்பினேன்." தலையில் அடித்துக்கொண்ட நவநீதகிருஷ்ணன் "எல்லோருமா போய் ஜீப்புல ஏறுங்க! நான் வந்து அவங்ககிட்ட பேசறேன்."

கான்ஸ்டபிள்கள் ஜீப்பை நோக்கிப் போனார்கள்.

சரியாக ஐந்து நிமிஷம் கழித்து கோவிந்தமேனனின் அறைலிருந்து அந்த உயரமான போலீஸ் உருவம் வெளியே வந்தது. வலது கையில் தோல் பை.

வேகமாய் நடந்து ரிசப்ஷனிஸ்ட் முன்னால் நின்றது.

அவள் நிமிர்ந்தாள்.

"என்ன சார்...! ரூமுக்கு போறீங்களா?"

"ரூம் வேண்டாம்..."

"சார் என்னாச்சு...?"

"உங்க டைரக்டர் என்னை இன்சல்ட் பண்ணிட்டார். உள்ளே போனதும் நாய் மாதிரி எரிஞ்சு விழுகுறாரு. நான் ஒரு போலீஸ் இன்ஸ்பெக்டர்ங்கிற நினைப்புகூட இல்லாமே மட்டமான வார்த்தைகளை உபயோகப்படுத்தி பேசினார். நான் கமிஷனர்கிட்ட கம்ப்ளைய்ண்ட் பண்ணிக்கிறேன். வர்றேன்..."

படபடப்பாய் பேசிவிட்டு – ரிசப்ஷனிஸ்ட்டின் பதிலைக்கூட எதிர்ப்பார்க்காமல் – அந்த உருவம் வெளியே நிறுத்தியிருந்த பைக்கை நோக்கி வேகமாய் போனது. பையை பைக்கின் 'கிட்'டில் திணித்து விட்டு, மேலே பரவி கிக்கரை உதைத்து புகை கிளப்பி பறந்தது உருவம்.

"டப்... டப்..." என்ற அந்தப் பைக்கின் ஒலி கொஞ்சம் கொஞ்சமாய் தேய்ந்து போனது.

ரிசப்ஷனிஸிட் தன் கண்களில் படர ஆரம்பித்துவிட்ட தூக்கத்தை விரட்டுவதற்காக டீ நிரம்பியிருந்த ஃப்ளாஸ்க்கை எடுத்தாள். அதன் மூடியைக் கழற்றி பீங்கான் கோப்பையில் டீயை வார்க்கப் போன வினாடி,

ஹோட்டல் போர்ட்டிகோவில் அந்த 'ஸ்க்ரீச்'சென்ற சத்தம் கேட்டது.

ரிசப்ஷனிஸ்ட் நிமிர்ந்தாள்.

போலீஸ் ஜீப்.

இன்ஸ்பெக்டர் நவநீதகிருஷ்ணன் ஜீப்பினின்றும் இறங்கி அவளை நெருங்கினார். "கோவிந்தமேனன் உள்ளேதான் இருக்கிறாரா?"

"ஆமா..."

"நான் அவரைப் பார்க்கணும்..."

அவள் எரிச்சலோடு பார்த்தாள். "ஏன் சார்...! அவரைத் தூங்கவே விடமாட்டீங்களா? இப்பத்தான் ஒரு இன்ஸ்பெக்டர்

வந்துட்டு போனார். டைரக்டர்கிட்டே நல்லா திட்டு வாங்கிட்டு போனார்."

"நீ என்னம்மா சொல்றே... இன்ஸ்பெக்டர் வந்துட்டுப் போனாரா?"

"ஆமா... சார்..."

"எவ்வளவு நிமிஷமிருக்கும்?"

"இப்பத்தான்... மீறிப் போனா ஒரு அஞ்சு நிமிஷம் இருக்கும்."

"வந்த இன்ஸ்பெக்டரோட பேரு...?"

"தெரியலை சார்."

"உயரமா போலீஸ் யூனிஃபார்முக்கு மேலே ஓவர்கோட் போட்டுகிட்டு மீசை பெரிசா வெச்சுகிட்டு இருந்தார். கமிஷனர் அனுப்பினதா சொன்னார்."

"கமிஷனர் அனுப்பினாரா...?" கேட்டுக்கொண்டே ரிசப்ஷன் மேஜை மேலிருந்த டெலிபோனை தன்பக்கமாய் நகர்த்தி வைத்துக்கொண்டு கமிஷனர் வீட்டு எண்ணை டயலில் சுழற்றினார், நவநீதகிருஷ்ணன்.

இரண்டாவது ரிங்கிலேயே கமிஷனர் தூக்கக் கலக்கத்தோடு கிடைத்தார்.

"ஹலோ..."

"சார், நான் நவநீதகிருஷ்ணன் பேசறேன்... ஹோட்டல் குபேராவுக்கு எந்த இன்ஸ்பெக்டரையாவது அனுப்பினீங்களா சார்?"

"நானா...?"

"எஸ்..."

"இல்லையே...! வாட்ஸ் த மேட்டர்...?"

விபரம் சொன்னார் நவநீதகிருஷ்ணன். கமிஷனரின் தூக்கக் கலக்கம் வினாடியில் பறந்து போனது.

"நவநீதகிருஷ்ணன்! இட் சீம்ஸ் சம்திங் ஹேஸ் ஹேப்பண்ட். நான் யாரையும் அனுப்பலை... உள்ளயிருக்கிற கோவிந்தமேனனைப் போய் உடனே பாருங்க. பார்த்து உடனே எனக்கு தகவல் கொடுங்க."

"எஸ்... சார்...!"

ரிஸீவரை வைத்து விட்டு ரிசப்ஷனிஸ்டிடம் திரும்பினார்.

"கோவிந்தமேனன் ரூம் எங்கே இருக்கு?"

அவள் சொன்னாள்.

சொன்ன பக்கமாய் நவநீதகிருஷ்ணன் ஓடினார். உடம்பு முழுக்க பதட்டம். கோவிந்தமேனனின் அறைக்கு முன்பாய் வந்து நின்றார்.

கதவு வெறுமனே சாத்தியிருக்க – தட்டினார்.

"டொக்... டொக்..."

உள்ளே சில விநாடிகளுக்கு எந்த சத்தமும் வராமல் போகவே கதவைத் தள்ளினார். கதவு சத்தமில்லாமல் உள்வாங்கியது.

நீலநிற குறைந்த வாட்ஸ் வெளிச்சம் - அறைக்குள் பரவியிருக்க, அறைக்குள் இருந்த எல்லாப் பொருள்களுமே நீலச்சாயத்தில் முக்கி எடுத்து மாதிரி இருந்தது.

ஃபோம் கட்டில் வெறிச்சிட்டு போயிருக்க –

ரத்தவெள்ளத்தில் கோவிந்தமேனனின் உடல் தெரிந்தது, தலையில்லாமல்.

இரவு மணி இரண்டு முப்பது.

குபேரா ஹோட்டலின் கீழ்த்தளம் அசாதாரண பரபரப்பில் இருந்தது. ஃபாரன்ஸிக் ஆட்கள் கோவிந்தமேனனின் அறையில் கைரேகைகளைத் தேடிக் கொண்டிருந்தார்கள். போலீஸ் போட்டோகிராபர்கள் - கோவிந்தமேனின் தலையில்லா உடலை எட்டு திசைகளிலும் நின்று மாறி

மாறி கிளிக்கிக் கொண்டிருக்க, விவேக் அந்த ரிசப்ஷனிஸ்ட் பெண்ணை விசாரித்துக் கொண்டிருந்தான். அருகே தூக்கம் கெட்ட கண்களோடு கமிஷனர், டி.எஸ்.பி.

"உங்க பேரென்ன சொன்னீங்க... ரீட்டாவா...?"

"ஆமா சார்!..." அந்தப் பெண் பயந்திருந்தாள்.

"இதோ பாருங்க மிஸ் ரீட்டா...! அந்தக் கொலையாளிய நீங்க ஒருத்தர்தான் பார்த்திருக்கீங்க... அவன் காட்டின போலீஸ் ஐடி அட்டையை வாங்கி பார்த்தீங்களா?"

"இல்லை."

"ஏன் வாங்கிப் பார்க்கலை...?"

"அவர் வர்றதுக்கு முன்னாடியே டைரக்டர் என்னை இண்டர்காமில் கூப்பிட்டு கமிஷனர் அனுப்பின இன்ஸ்பெக்டர் ஒருத்தர் கொஞ்ச நேரத்துல வருவார். அவர் வந்தா ஏதாவது ஒரு அறையை ஒதுக்கி கொடுன்னு சொன்னது எம் மனசுல ஏற்கனவே ஒரு தீர்மானமா விழுந்துருச்சு... அதனாலதான் அவர் நீட்டின போலீஸ் ஐ.டி கார்டை நான் பார்க்கலே..."

"பைக்ல வந்தாரா?"

"ஆமா..."

"என்ன பைக்?"

"நான் கவனிக்கலை."

"உள்ளே போலீஸ் யூனிஃபார்ம் போட்டு மேலே ஓவர்கோட்டு போட்டிருந்ததா சொன்னீங்க, ஓவர் கோட் என்ன கலர்?"

"பிளாக்..."

"கையில வச்சிருந்த தோல் பை?"

"அதுவும் பிளாக்."

"அவனை இன்னொரு தரம் பார்த்தா அடையாளம் தெரியுமா?"

"சிரமம்."

"ஏன் அப்படி சொல்றீங்க?"

"அவன் என்கிட்டே பேசின ரெண்டு நிமிஷமும் - தலையை குனிஞ்சிக்கிட்டேதான் பேசினான். பாதி முகத்தை அடைக்கிற மாதிரி கூலிங்கிளாஸ் உதட்டை மறைக்கிற மாதிரி மீசை, தலையில தொப்பி... முகத்துல ரெண்டு கன்னம் மட்டும்தான் தெரிஞ்சுது..."

விவேக் திரும்பி கமிஷனரைப் பார்த்தான்.

"போலீஸ் டிபார்ட்மெண்ட் பேரை உபயோகப்படுத்தி ரொம்பவும் சாமர்த்தியமா உள்ளே நுழைஞ்சு காரியத்தை முடிச்சிருக்கான்..."

கமிஷனர் முகம் கோபத்தில் ஜிவுஜிவுக்க ஆரம்பித்தது.

ரத்தக்கறை தோய்ந்த ஓவர் கோட்டை வாஷிங்மெஷினில் போட்டு சோப்புத் தண்ணீரை ஊற்றி ஸ்விட்சைத் தட்டினான் குமார். உடம்பில் காக்கி யூனிஃபார்ம் மிச்சமிருந்தது. பொழுது விடிந்து கொண்டிருந்தது.

வாஷிங் மெஷின் கிர்ரென்று செயல்பட ஆரம்பித்தது.

எதிரே சோஃபாவில் உட்கார்ந்திருந்த கன்னத் தழும்புக்காரன் சிரித்தான்.

"எப்படியோ கோவிந்தமேனனோட தலையையும் உங்கப்பா சமாதியில கொண்டுபோய் புதைச்சுட்டு வந்துட்டே அடுத்த தலை எப்போ?"

குமார் சிரித்தான்.

"அடுத்த தலை இப்ப வேண்டாம். இன்னும் கொஞ்ச நாள் போகட்டும்"

"ஏன்?"

"போலீஸ் தீவிரமாயிருப்பாங்க." சொல்லிக் கொண்டே கண்ணாடியைப் பார்த்து மீசையையும் அடர்த்தியான

புருவங்களையும் ரப்பர் தாள் மாதிரி பிரித்தெடுத்தான். பரட்டைத்தலை விக்கை கழற்றினான். மூக்கை பெரிதாக்கி காட்டுவதற்காக பொருத்தியிருந்த ஜெல்லை உருவினான். கண்களில் தெரிந்த பழுப்பு நிற காண்டாக்ட் லென்ஸ்களை ஜாக்கிரதையாய் எடுத்தான்.

கன்னத் தழும்புக்காரன் எழுந்தான்.

விளையாட்டாய் விறைத்து நின்று வலது கை விரல்களை நெற்றிக்கு கொண்டு போய் ஒரு சல்யூட் போட்டான்.

“அப்ப...! நான் புறப்படறேன், இன்ஸ்பெக்டர் ஆல்பர்ட்! மறுபடியும் குமாரா மாறும்போது தகவல் கொடுங்க! நான் வர்றேன்...”

அவன் கிளம்பிப் போனான்.

கதவைச் சாத்தி தாழிட்டு வந்த ஆல்பர்ட் களைத்த உடம்போடு யூனிஃபார்மைக்கூட கழட்டத் தோன்றாமல் கட்டிலை நோக்கிப் போன விநாடி –

டீபாயின் மேலிருந்த டெலிபோன் அழைத்தது.

போய் ரிஸீவரை எடுத்தான்.

“ஹலோ...”

“ஹலோ... இன்ஸ்பெக்டர் ஆல்பர்ட் இருக்காரா?”

“ஹோல்டிங்... நீங்க யாரு?”

“அந்தோணியார் சர்ச்சிலிருந்து தாமஸ் பேசறேன். ஃபாதர் சூசையப்பர் மரணத்தோட கடைசி நிமிடங்கள்ல இருக்கிறார். தனக்கு மரணம் நெருங்கினா யார் யாரைக் கூப்பிடணும்னு தன்னுடைய டயரியில சிலரோட பேரை எழுதி வெச்சு இருக்காரு. அந்தப் பேர்ல உங்க பேரும் இருந்தது. வர்றீங்களா...?”

“ஃபா... த... ர்...!!!”

வீறிட்ட ஆல்பர்ட்டின் கையில் இருந்த ரிஸீவர் துடித்தது. அவரை வளர்த்து ஆளாக்கி படிக்க வைத்த ஃபாதர் முகம் மின்னல் போல வந்து போனது.

20

அந்தோணியார் சர்ச். காலை 6 மணி.

சர்ச் வாசலில் நின்ற ஆட்டோவிலிருந்து மலர் வளையத்தோடு கீழே இறங்கினார் ஆல்பர்ட். தலை கலைந்து போயிருக்க, தூக்கம் கெட்ட கண்கள், சிவந்திருந்தன. முகம் சிறிது விகாரமாய் உப்பி இருந்தது. உடம்பில் காக்கி யூனிஃபார்ம் மொடமொடத்தது.

சர்ச்சின் சுவரோரம் துக்க முகங்களோடு நின்றிருந்தவர்களின் மத்தியில் நடந்து போனார். அவருடைய முதுகுக்கு பின்னால் யாரோ இரண்டு பேர் பேசிக்கொள்ளும் சத்தம் கேட்டது.

“யார் இவரு.. இப்படி காக்கி யூனிஃபார்ம்ல வர்றார்?”

“இன்ஸ்பெக்டர் ஆல்பர்ட். ஃபாதர் சூசையப்பர் ஆதரவுல படிச்சு இன்ஸ்பெக்டரானவர். இவரை யூனிஃபார்ம்ல பார்த்தாதான் ஃபாதர்க்கு பிடிக்கும்.”

“ஃபாதர்க்கு இது மாதிரி நிறைய வளர்ப்பு பிள்ளைகள் இருக்காங்க போலிருக்கு...”

ஆல்பர்ட் முதுகுக்குப் பின்னால் எழுந்த பேச்சுக் குரலைக் கேட்டுக்கொண்டே மலர்வளையங்களால் நிரப்பப்பட்டிருந்த ஃபாதர் சூசையப்பரை நெருங்கினார். மலர்வளையத்தை அவருடைய பாதங்களில் சமர்ப்பித்து விட்டு – மண்டியிட்டு அமர்ந்தார்.

“ஃபாதர்! நான் ஆல்பர்ட் வந்திருக்கேன்... அப்பாவை பறிகொடுத்த கையோட நான் சீர்திருத்த பள்ளிக்குப் போனேன். திரும்பி வந்தப்போ நீங்க மட்டும் ஆதரவு காட்டாமே இருந்திருந்தா... நான் இந்நேரம் திசைமாறி போயிருப்பேன். என்னை, என்னிக்கு பார்க்க வந்தாலும் யூனிஃபார்மோடதான் வரணும்ன்னு சொல்வீங்க. நான் இன்னிக்கும் அப்பிடியேதான் வந்திருக்கேன். என்னைப் பாருங்க ஃபாதர்... நான் ஆல்பர்ட் வந்திருக்கேன்... என்னைப் பாருங்க ஃபாதர்...” தழுதழுத்தக் குரல் திடீரென்று உடைந்து போய் உடல் குலுங்கி அழ ஆரம்பித்தார்.

“காம் டவுன் மிஸ்டர் ஆல்பர்ட்... என்னுடைய இறப்புக்கு யாருமே அழக்கூடாது என்று ஃபாதர் சொல்லியிருக்கார். அவர் இறப்பதற்கு சிறிதுநேரம் முன்னால்கூட உங்களைப் பற்றி என்னிடம் பேசிக் கொண்டிருந்தார்.” ஆல்பர்ட்டை ஆதரவாய் தொட்டு ஓரமாய் அழைத்துப் போனார் தாமஸ்.

ஆல்பர்ட் திரும்பி சவப்பெட்டியில் வைக்கப்பட்டிருந்த ஃபாதர் சூசையப்பரின் அடர்ந்த முகத்தைப் பார்த்தார். மனதுக்குள் ஆயிரம் ஆயிரம் எண்ண அலைகள் ஆங்காங்கே மோதின,

‘ஸாரி ஃபாதர்...! நீங்க என்னை படிக்க வெச்சு... ஒரு நல்ல நிலைமைக்கு கொண்டு போனீங்க...ஆனா அதையே ஒரு கேடயமா உபயோகப்படுத்திக்கிட்டேன். என்னோட அப்பா ஆத்மா சாந்தி அடையற மாதிரி ஒவ்வொரு பணக்காரனையும்...’ சட்டென ஒரு பேச்சுக் குரல் அவரின் எண்ண அலைகளை திசை திருப்ப...

“ஃபாதரின் நல்லடக்கம் வரைக்கும் இருப்பீர்களா ஆல்பர்ட்...?” தாமஸ் கேட்ட கேள்விக்கு தலையசைத்தார் ஆல்பர்ட்.

போலீஸ் கமிஷனரின் அலுவலகம் ஒரு அசாதாரண பரபரப்போடு இருந்தது. கண்ட்ரோல் அண்ட் கம்யூனிகேஷன் அறைகளில் போலீஸ் அதிகாரிகள் துடிப்பாய் தெரிந்தனர்.

கமிஷனர் அவருடைய அறையில் கவலையும் கோபமுமாய் உலாவிக் கொண்டிருக்க எதிரே கொஞ்சம் இருட்டடித்த முகங்களோடு விவேக், கோகுல்நாத், இன்ஸ்பெக்டர் நவநீதகிருஷ்ணன், சப்-இன்ஸ்பெக்டர் அவினாஷ்.

கமிஷனர் பொருமினார்.

"நடந்த சம்பவங்களிலேயே இதுதான் மோசமான சம்பவம் மிஸ்டர் விவேக். குபேரா ஹோட்டல் கோவிந்தமேனனுக்கு ஆபத்து இருக்கிறது என்பது நம் எல்லோருக்குமே தெரியும். அவருக்காக செண்ட்ரியும் போட்டிருந்தோம். பாதுகாப்பு ஏற்பாடுகளையும் தீவிரம் பண்ணியிருந்தோம். ஆனால் அந்தக் கொலைகாரன் அழகாக உள்ளே வந்து காரியத்தை சாதித்துக்கொண்டு போயிருக்கிறான். போலீஸ் டிபார்ட்மெண்ட்டே வெட்கப்பட வேண்டிய விஷயம்..."

அறைக்கதவு லேசாய் தட்டப்படும் சத்தம் கேட்டது.

"எஸ்! கம்மின்."

கதவைத் திறந்து கொண்டு இன்ஸ்பெக்டர் ஆல்பர்ட் உள்ளே வந்தார். வந்தவர் விறைப்பாய் நின்று கமிஷனருக்கு ஒரு சல்யூட்டை விநியோகித்து விட்டு தளர்ந்தார்.

"மிஸ்டர் ஆல்பர்ட் காலையில் நீங்கள் லீவா...?"

"எஸ் ஸார்! என்னை வளர்த்து ஆளாக்கிய ஃபாதர் சூசையப்பர் இன்று காலமாகிவிட்டார். அடக்கத்திற்குப் போய்விட்டு இப்போதுதான் திரும்புகிறேன்."

"வருந்துகிறேன். சரி இன்றைய நியூஸ் பேப்பரை பார்த்தீர்களா ஆல்பர்ட்?"

"பார்த்தேன் சார். நம் டிபார்ட்மெண்டுக்கே தலைக்குனிவைத் தேடித் தருகிற சம்பவம். நாம் கோவிந்தமேனனைக் காப்பாற்ற தவறிவிட்டோம்."

"ஒவ்வொரு சந்திப்பிலும் நீங்களும் நானும் இதையேதான் சொல்லிக்கொண்டு இருக்க வேண்டியதுதானா?"

விவேக் குறுக்கிட்டான். “சார், நடந்த சம்பவம் நாம எதிர்பார்க்காத மோசமான சம்பவம்தான். கொலையாளி நம்மைவிட வேகமா செயல்பட்டிருக்கான். நாம கோவிந்தமேனனுக்கு தந்த போலீஸ் பாதுகாப்பை அவரும் இக்னோர் பண்ணியிருக்கார். அந்த குழப்பமான சூழ்நிலையை அந்தக் கொலையாளி தனக்கு சாதகமா பயன்படுத்தியிருக்கான். எப்படியும் இந்த வார இறுதிக்குள்ள கொலையாளியை மடக்கிடலாம்.”

“எப்படி...? அதுக்கு ஏதாவது திட்டம் வெச்சிருக்கீங்களா?”

“எஸ் சார்.”

“கமான்...! உங்க ப்ளான் என்னன்னு சொல்லுங்க?”

விவேக் தொண்டையைக் கனைத்துக் கொண்டு பேச ஆரம்பித்தான். “கொலையாளியோட அடுத்த டார்கெட் நடிகர் சந்திரப்பிரியன்... அவரை பர்ப்பஸா ஊட்டிக்கு ஒரு சூட்டிங்குக்காகனு சொல்லி அனுப்பப்போறோம். எல்லா நியூஸ்பேப்பருக்கும் மேகஸினுக்கும் போன் பண்ணி சொல்லி அந்த நியூஸூக்கு ஒரு முக்கியத்துவம் தரப் போறோம்.”

“தென்...?”

“ஊட்டியில சந்திரப்பிரியன் தங்கியிருக்கிற ஹோட்டலை தீவிரமா கண்காணிக்கப் போறோம். ஹோட்டலுக்கு நுழையற புது நபர்களை அவங்களுக்கே தெரியாமே அலசப் போறோம்.”

ஆல்பர்ட் குறுக்கிட்டார்.

“எக்ஸ்க்யூஸ் மீ சார். கொலையாளிக்கு நாம விரிக்கிற வலை தெரியாம இருக்குமா...?”

“திஸ் ஈஸ் வெரி வெரி கான்ஃபிடென்ஷியல் மிஸ்டர் ஆல்பர்ட். இந்த நியூஸ் நமக்கும் சந்திரப்பிரியனுக்கு மட்டும்தான் தெரியும். சந்திரப்பிரியன் ஷூட்டிங்குக்காக ஊட்டி போறது அப்படியொன்னும் பெரிய அதிசயமான விஷயமில்லை. மர்டரர் இந்தத் திட்டத்துல ரொம்பவும் சுலபமாய் ஏமாந்துடுவான்ங்கறது என் நம்பிக்கை.”

கமிஷனர் மூக்கைத் தேய்த்தார். "ஓ.கே! அவரை ஊட்டிக்கு கூட்டிட்டுப் போய் தங்க வைக்கிறோம். தென்...?"

விவேக் தொடர்ந்தான். "திட்டத்தோட பிற்பாதிதான் ரொம்ப ரொம்ப வைட்டல் சார். மிஸ்டர் கோகுல்நாத் சினிமா உலக சம்பந்தப்பட்ட சிலரை அணுகி சேகரிச்சு வந்த செய்திகளின்படி சந்திரப்பிரியனுக்கு அவர் மாதிரி ஒரு டூப் இருக்கார். சினிமா வட்டாரத்துல 'பாடி டபுள்'னு சொல்லுவாங்க. சண்டைக் காட்சிகளிலும் சந்திரப்பிரியன் கால்ஷீட் கிடைக்காத நாட்கள்ல அவரை உபயோகப்படுத்திக்கறாங்க."

"ஸோ அந்த டூப்பை நாமளும் யூஸ் பண்ணிக்கப் போறோம்?"

"எஸ் ஸார்."

"எப்படி...?"

"உண்மையான சந்திரப்பிரியன் இருபத்தி நாலு மணி நேரமும் ஓட்டல் அறைக்குள்ளேயேதான் இருப்பார். அவருடைய டூப் மட்டும் வெளிய நடமாடிக்கிட்டு இருப்பார்."

"கொலையாளிக்கு வித்தியாசம் தெரியாமலா போகும்?"

"டூப்பை நாம பகிரங்கமா வெளியே வரச் சொல்லப் போறதில்ல. ராத்திரி நேரங்கள்ல... அப்பறம் கருப்பு கண்ணாடி மூடின கார்ல...! இப்படி கண்கள் ஏமாற நேரத்துல மட்டும்தான் டூப்பை வெளியே போகச் சொல்லுவோம். காரை ஓட்ற டிரைவரா நம்ம டிபார்ட்மெண்ட் ஆபீஸர் ஒருத்தர் இருப்பார்."

"இந்த திட்டம் வொர்க் அவுட் ஆகுமா மிஸ்டர் விவேக்?"

"நிச்சயம் ஆகும் சார். கிராமத்துல ஒரு பழமொழி சொல்வாங்க. ஆட்டைக் கட்டி வெச்சா புலி வந்துதான் தீரும். அந்த பழமொழியை நம்ம திட்டத்துக்கு இன்ஸ்பிரேஷனா எடுத்துக்கிட்டேன்."

கமிஷனர் அங்கிருந்த அனைத்து போலீஸ் அதிகாரிகளையும் ஒரு பார்வைப் பார்த்தபடி பேசினார். “லிசன் டீம்...! மிஸ்டர் விவேக் சொல்ற இந்த திட்டம் ரொம்பவுமே கான்ஃபிடென்ஷியல், இது சம்பந்தமாக யார்க்கும் எதுவும் தெரியக்கூடாது. திஸ் ஷுட் பி இன் ஏ நட்ஷெல்.”

ஆல்பர்ட் குறுக்கிட்டார்.

“சார்...!”

“எஸ்.”

“நான் ஒரு யோசனையை சொல்லலாமா?”

“ப்ளீஸ்.”

“சந்திரப்பிரியனை நாம ஊட்டிக்குக் கொண்டுபோக வேண்டிய அவசியமே இல்லை. அவனோட டூப்பை மட்டும் ஊட்டி கூட்டிக்கிட்டு போய் கொலையாளியை மடக்கினா என்ன?”

கமிஷனர் விவேக்கை பார்க்க, விவேக் ஆல்பர்ட்டிடம் திரும்பினான். “மிஸ்டர் ஆல்பர்ட், கொலையாளியை ஓரளவுக்கு ஏமாத்தலாம். ஆனா முழுசா ஏமாத்த முடியாது. சந்திரப்பிரியன் ஊட்டியிலதான் இருக்காருங்கறதை முதல்ல எஸ்டாபிளஷ் பண்ணனும்.”

“ஓ.கே! சந்திரப்பிரியன் பாதுகாப்புக்காக–டிபார்ட்மெண்டில் இருந்து யார் யாரு ஊட்டி போகப் போறாங்க?”

“அதைப் பிறகு முடிவு செய்து கொள்வோம்.” என்ற கமிஷனர் விவேக்கைப் பார்த்தார். “மிஸ்டர் விவேக்... நீங்களும் இன்ஸ்பெக்டர் கோகுல்நாத்தும் ஆல்பர்ட்டை உதவிக்கு வைத்துக் கொண்டு சந்திரப்பிரியனை சந்தித்துப் பேசுங்கள். அவரோடு கலந்து பேசி திட்டத்தை துல்லியமாய் உருவாக்குங்கள்.”

“எஸ் சார்.”

விவேக், கோகுல்நாத், ஆல்பர்ட் மூன்றுபேரும் சந்திரப்பிரியன் பங்களாவை நோக்கி ஜீப்பில் பயணித்துக் கொண்டிருந்தார்கள். வெளியே வெயில் தீ மாதிரி கொட்டியது. மவுண்ட் ரோட்டின் நெரிசலைத் தாண்டி நுங்கம்பாக்கம் ஹைரோட்டில் ஜீப் திரும்பிய போது விவேக் ஆல்பர்ட்டை ஏறிட்டான்.

"ஆல்பர்ட்..."

"ஸார்."

"இந்த கேஸ்ல பழைய கேடிங்க யாராவது சம்பந்தப்பட்டு இருக்கலாங்கற கோணத்துல அலசிப் பார்த்தீங்களா?"

"பார்த்தேன் சார்..."

"துப்பு எதுவும் கிடைக்கலையா?"

"இல்ல ஸார்."

"நீங்க இந்த வழக்குல எந்தெந்த விஷயங்களை டீல் பண்ணீங்க?"

"மெயினா ஆஸ்பத்திரியில நடந்த நர்ஸ் - காயாம்பூ மர்டர்ஸ் அதுக்கப்பறம் சந்தரமவுலி கேஸுக்கும் சப்போர்ட் பண்றேன். காரணம் மாதவி, கேசவன் சூசைட். அப்பறம் கமிஷனர் சொல்லி இந்த தொடர் கொலைகள் சார்."

"ஜி.ஹெச் ஹால்பிடல்ல அவ்வளவு செக்யூரிட்டி போட்டிருந்தும்... கொலையாளி எப்படி உள்ளே வந்தான்...?"

"இட் வாஸ் ஏ அன்பிலிபவள் இன்ஸிடெண்ட் ஸார்..."

"சர்ட்டன்லி...? சரி... சந்திரமவுலி, ஆளவந்தார், கோவிந்தமேனன் மூணு பேருமே ஒரே மாதிரியா அதாவது தலை துண்டிக்கப்பட்டு சாகடிக்கப்பட்டிருக்காங்க. அந்த தலைகளைக் கண்டுபிடிக்க என்ன ஸ்டெப்ஸ் எடுத்திருக்கீங்க?"

விவேக் கேட்க ஆல்பர்ட் கவனம் காட்டாத முகத்தோடு சொன்னார்.

"பொதுவாவே கொலையாளிங்க துண்டிச்ச தலைகளை ஏதாவது கிணத்துல... இல்லை ஏரியில போட்டுடுவாங்க. அப்படி ஏதாவது போட்டிருப்பாங்களோன்னு சுத்தி இருக்குற ஏரி, குளம் எதையும் பாக்கிவிடாம தேடிப்பார்த்தோம். கிடைக்கலை."

"போலீஸ் டாக்ஸ் யூஸ் பண்ணீங்களா?"

"எஸ்..."

"ரிசல்ட்?"

"டாக்ஸ் எதையுமே ஸ்மெல் பண்ண முடியாமே திரும்பிடுச்சு... ஸார்..."

ஜீப், கிருஷ்ணமாச்சாரி ரோட்டில் திரும்பியதும் சந்திரப் பிரியனின் பங்களா அசோகா மரங்களுக்கு மத்தியில் குளிர்ச்சியாய்த் தெரிந்தது. ஜீப்பை பார்த்ததும் - வாட்ச்மேன் கேட்டை பிளந்து விட்டான்.

ஜீப் போர்ட்டிகோவில் போய் நின்றது.

சந்திரப்பிரியனின் பி.ஏ என்று தன்னை அறிமுகப்படுத்திக் கொண்ட அந்த டை அணிந்த ஒரு மிடுக்கான இளைஞன் மூன்றுபேரையும் பவ்யமாய் மாடிக்குக் கூட்டிக்கொண்டு போனான்.

"நீங்க போன் பண்ணி தகவல் சொன்னதினாலே சாரை இங்கேயே இருக்க வைக்க முடிஞ்சது ஸார். இல்லேன்னா சார் பல்லாவரத்துல நடக்கிற சினிமா ஷூட்டிங்குக்கு போயிருப்பார். பெரிய படம் ஒரு கோடி ரூபா எஸ்டிமேஷன்..."

"இட்ஸ் ஓகே...! சந்திரப்பிரியன் எந்த ரூம்ல இருக்கார்?"

"அதோ...!" மாடி வராந்தாவில் கோடியறையைக் காட்டினான். அறையை நெருங்கியதும் கதவைத் தட்டிவிட்டு உள்ளே நுழைந்தான்.

ஏ.ஸி ரூம்.

சோஃபாவில் சந்திரப்பிரியன் தெரிந்தான். மவுண்ட்ரோடு கட் அவுட்களில் பார்த்து பார்த்து பழக்கப்பட்ட முகம். கொழுத்த

கன்னங்களுக்கு மத்தியில் சிரிக்கும் கண்கள். வழுக்கையை மறைக்க கருகரு விக். பென்சிலால் வரைந்த மீசை.

உட்கார்ந்து கொண்டே “வணக்கம்!” என்றான். எதிரே இருந்த நாற்காலிகளைக் காட்டினான். “உட்காருங்க!”

உட்கார்ந்தார்கள்.

“மிஸ்டர் சந்திரப்பிரியன், ஸாரி பார் த டிஸ்டர்பன்ஸ்.”

“பரவாயில்லை. நோ இஷ்யூஸ். டிபார்ட்மெண்டிலிருந்து வந்திருக்கீங்க... என்ன விஷயம்?”

விவேக் ஆரம்பித்தான்.

“ஒரு கொலையாளியை கண்டுபிடிக்க நீங்க உதவணும்.”

“நானா...? எப்படி..?”

“ஆல்பர்ட்...”

“ஸார்...”

“நம்ம திட்டத்தை மிஸ்டர் சந்திரப்பிரியனுக்கு சொல்லுங்க...”

21

"இப்புறம்...?" – என்றான் கன்னத் தழும்புக்காரன்.

"அப்புறமென்ன...! சந்திரப்பிரியன் ஷூட்டிங் போர்வையில ஊட்டி போகப் போறான். அவனோட டூப்பைக் காட்டி என்னை ஏமாத்தப் போறாங்களாம்." ஆல்பர்ட் சொல்லிவிட்டு சிரித்தார்.

இடம்: சென்னையின் புறநகர் பகுதி – நெடுஞ்சாலை ரோட்டில் ஒரு புளிய மரமும் - சுமை கல்லும் சார்ந்த இடம்.

நேரம்: இருட்டிக்கொண்டு வருகிற சாயந்தர நேரம்.

கன்னத்தழும்புக்காரனும் தன் கொட்டைப் பற்கள் தெரிய சிரித்தான். "இதோ பாரு குமார்...! சாரி, நீ இப்போ யூனிஃபார்ம்ல இருக்கே. இதோ பாரு ஆல்பர்ட்...! நீ ஜாக்கிரதையா இருக்க வேண்டிய நேரம் வந்தாச்சு. இனி நீ குமார் வேஷம் போட்டா இன்ஸ்பெக்டர் அவினாஷ் கையில மாட்டிக்குவே. கொஞ்ச நாளைக்கு ஆல்பர்ட்டாவே இரு. இந்த தலை சீவற வேலை எல்லாம் இனி வேண்டாம்."

ஆல்பர்ட் முகம் மாறினார்.

"அது மட்டும் என்னால நிறுத்த முடியாது."

"அப்போ அந்த சந்திரப்பிரியனை ஊட்டியிலே வெச்சு முடிக்கப் போறியா?"

"இல்லை...! அவனை ஊட்டியில வெச்சு முடிக்கப் போறதில்லை."

"அப்பறம்...?"

"அவன் ஊட்டிக்கு போறதுக்கு முன்னாடியே அவன் வீட்ல வெச்சு அவனை முடிக்கப் போறேன். மெட்ராஸ் போலீஸ் ஸ்தம்பிச்சு நிக்கிற மாதிரி அந்தப் பணக்கார நாயோட கணக்கைத் தீர்க்கப் போறேன்." ஆல்பர்ட் பேச்சில் கனல் தெரித்தது.

"ஜாக்கிரதை ஆல்பர்ட்!"

"என்னைப் பத்தி நீ கவலைப்படாதே."

"நான் இன்னொரு யோசனை சொல்லட்டுமா?"

"என்ன சொல்லப் போறே...?"

"உன்னோட லிஸ்ட்படி இந்த சந்திரப்பிரியன் நாலாவது ஆள்?"

"ஆமா..."

"உன்னோட லிஸ்ட் போலீஸுக்கும் தெரியும்."

"ஆமா..."

"அந்த லிஸ்ட்படி வரிசையாத்தான் நீ தலை வாங்கணுமா? போலீஸோட கவனம் பூராவும் இப்போ சந்திரப்பிரியன் மேலே இருக்கும். நீ லிஸ்ட் வரிசையை கொஞ்சம் மாத்தி அஞ்சாவது வரிசையில இருக்கிற அந்த பத்மாவதியை தீர்த்துக் கட்டினா என்ன?"

ஆல்பர்ட் சிரித்தார்.

"அது சுத்தக் கோழைத்தனம். நான் வரிசையாதான் தலை வாங்கப் போறேன். அப்படி செய்யறதுலதான் ஒரு த்ரில்லே இருக்கு."

"ம்ம்...! சொன்னா கேட்கவாப் போறே...! சரி, சந்திரப்பிரியனோட கணக்கை என்னிக்குத் தீர்க்கப் போறே...?"

"அவன் நாளை கழிச்சு மறுநாள்தான் ஊட்டிக்குப் போகப் போறான். அதுக்குள்ளே எந்த நிமிஷமும் அவனை நான் முடிக்கலாம்."

"என்னோட ஹெல்ப் ஏதாவது வேணுமா?"

"கண்டிப்பா வேணும். அதுக்காகத்தானே உன்னை இங்கே வரச் சொன்னேன். நீ என்ன பண்றேன்னா..."

கன்னத்தழும்புக்காரனிடம் தன் திட்டத்தைக் கூற ஆரம்பித்தார் ஆல்பர்ட்

"சந்திரப்பிரியன் ஊட்டிக்குப் புறப்பட்டு போகறவரைக்கும் – அவனுக்கு வேண்டிய பாதுகாப்பு ஏற்பாடுகளை செய்யற பொறுப்பு எனக்குத்தான். கமிஷனரும் க்ரைம் பிராஞ்ச் விவேக்கும் திருடன் கையிலேயே சாவி கொடுத்திருக்காங்க. ஆனா என்னால சந்திரப்பிரியனை எதுவுமே செய்யமுடியாது. காரணம் என்கூட எந்நேரமும் போலீஸ் இருப்பாங்க. சந்திரப்பிரியனை பார்க்க வர்றவங்களை வடிகட்டி உள்ளே அனுப்பறதுதான் என்னோட முக்கியமான வேலை. நீ நாளைக்கு விடிகாலை நாலு மணிக்கு ஒரு இந்தி படத்தயாரிப்பாளர் மாதிரி ட்ரஸ் பண்ணிகிட்டு ஒரு டாக்ஸியில வா."

"வந்து...?"

"வந்து... அரைகுறை தமிழ்லயும்... நாலு வார்த்தை இந்தியிலயும் என்கூட பேசு. சந்திரப்பிரியனை அவசரமா பார்த்துட்டு பம்பாய் போகணும்னு சொல்லு. நான் உள்ளே உன்னை அனுப்புறேன். நீ உள்ளப் போய் காரியத்தை முடிச்சுகிட்டு சந்திரப்பிரியனோட தலையை பாலிதீன் பையில போட்டுக்க – கையில சூட்கேஸும் கொண்டு வந்துடு. ஏன்னா பாலிதீன் பைய சூட்கேஸ்ல போடணும். திரும்பவும் வந்த அதே டாக்ஸியில கிளம்பிப் போறே... புரியுதா?"

கன்னத்தழும்புக்காரனின் கண்களில் பீதி சுழன்றது.

"ஆல்பர்ட்! இது முடியற காரியமா?"

"நிச்சயம் முடியும்."

"எனக்கு பயமாயிருக்கு."

"நான் இருக்கும்போது உனக்கென்ன பயம்? தைரியமா வா! காரியத்தை முடி. வேண்டிய பணம் தர்றேன்."

“சந்திரப்பிரியனை கொன்னா மட்டும் போதாதா? தலையையும் கொண்டு வரணுமா ஆல்பர்ட்?”

“எனக்குத் தலைதான் முக்கியம். திமிர்பிடிச்ச பணக்காரனால அநியாயமா சாகடிக்கப்பட்ட – எங்கப்பாவுக்கு ஆத்மா சாந்தி கிடைக்கணும்னா அவரோட சமாதியைச் சுத்தி இந்த அஞ்சு பணக்காரங்களோட தலையை புதைச்சேயாகணும்.”

“ஆல்பர்ட்! இதுல நிறைய ரிஸ்க் இருக்கு.”

“எந்த ரிஸ்க் வந்தாலும் நான் பார்த்துக்கிறேன்னு சொல்றேன் இல்லை. நீ போடற வேஷத்தை ஒழுங்கா போட்டுக்கிட்டு வா... போதும்.”

“சரி...!” என்று தயக்கமாய் கன்னத் தழும்புக்காரன் தலையாட்டினான்.

மறுநாள் மத்தியானம் மூன்று மணி.

ஃபாரன்ஸிக் டிபார்ட்மெண்டிலிருந்து சில தகவல்களோடு திரும்பிக் கொண்டிருந்தார்கள் விவேக்கும் கோகுல்நாத்தும். விவேக் பைக்கை ஓட்டினான்.

“கொலை நடந்த எல்லா இடங்களிலுமே சுத்தமா ஒரு துண்டு கைரேகை கூட கிடைக்கலை கோகுல்நாத். எல்லாமே வெல் பிளாண்ட் மர்டர்ஸ்.”

“ஆனா எதுக்காக இந்த கொலைகள்னு எனக்குப் புரியலை விவேக். சிட்டியில இருக்கிற பெரிய பணக்காரங்களை குறி வெச்சு அவங்களைக் கொன்னு தலையை எடுத்துட்டுப்போய் என்ன செய்யறான்...? வீட்ல அதை வெச்சு அவன் வேற ஏதாவது பண்றானா?”

“சப்-இன்ஸ்பெக்டர் அவினாஷ் ஸ்டேட்மெண்ட்படி... கொலையாளிக்கு ஒரு அம்பாஸிடர் கார் இருக்கு. ஆளவந்தார் கொலையானப்ப – கொலையாளி அந்த கார்லதான் தப்பிச்சு போயிருக்கான். ஆனா கார் நம்பர் பிளேட்ல போலி நெம்பர்.”

"விவேக்! இந்தக் கேஸ்ல இன்னொரு ஆச்சரியத்தை கவனிச்சீங்களா?"

"என்ன?"

"கொலை செய்யப்பட்ட சந்திரமவுலி, ஆளவந்தார், கோவிந்தமேனன் மூன்று பேரும் மோசமான நடத்தை உள்ளவங்க. சந்திரமவுலி ஒரு பக்கா வுமனைஸர். ஆளவந்தார் தம்பியோட சொத்துக்களை மோசம் பண்ணி அபகரிச்சவர். கோவிந்தமேனன் தன்னுடைய ஹோட்டல்ல சட்ட விரோதமான காரியங்களை பண்ணிட்டிருந்தவர்."

"ஸோ! இந்த மூணுபேருக்குமே நிறைய எதிரிங்க இருக்கலாம்னு சொல்றீங்க?"

"ஆமா."

"இவங்களுக்கு எதிரிகள் பலபேர் இருக்கலாம், கோகுல்நாத். ஆனா மூணு பேர்க்கும் ஒரே எதிரியா இருப்பான்? அதுவும் சொல்லி வெச்ச மாதிரியான கொலைகள்...! கொலையாளி நிச்சயமா ஒரு மன நோயாளியாத்தான் இருப்பான்."

"ஃபாரன்ஸிக் ரிப்போர்ட், போஸ்ட்மார்ட்டம் ரிப்போர்ட் எல்லாமே நமக்கு பாதகமா இருக்கு. இந்த கேஸ்ல நமக்கு எந்த பிடிப்பும் இல்லை, விவேக். சந்திரப்பிரியனை நாம சாக விட்டா தலையில முக்காடை போட்டுகிட்டு ஹோட்டல் ரூம்லேயே உட்கார்ந்துக்க வேண்டியதுதான். பத்தாதத்துக்கு கமிஷனர் ஸ்பெஷலா எல்லாரையும் தாளிச்சிடுவார்."

விவேக் சிரித்துக் கொண்டே பைக்கை நுங்கம்பாக்கம் நெடுஞ்சாலையில் திருப்பினான். கோகுல்நாத் கேட்டார்.

"இப்போ எங்கே போறீங்க விவேக்?"

"சந்திரப்பிரியன் பங்களாவுக்கு."

"எதுக்கு?"

"பாதுகாப்பு ஏற்பாடுகளைப் பார்க்கத்தான்..."

"பாதுகாப்பு ஏற்பாடுகளுக்கு யார் இப்ப இன்-சார்ஜ்?"

"இன்ஸ்பெக்டர் ஆல்பர்ட்!"

பைக், சந்திரப்பிரியனின் பங்களா வாசலில் நின்றது. வாசலில் நின்றிருந்த கான்ஸ்டபிள்கள் விவேக்கையும் கோகுல்நாத்தையும் பார்த்ததும் விறைத்து நின்று நெற்றிக்கு கையைக் கொண்டு போனார்கள்.

விவேக் பைக்கை அணைத்துவிட்டு கீழே இறங்கினான். போர்ட்டிகோவில் நாற்காலி போட்டு உட்கார்ந்திருந்த இன்ஸ்பெக்டர் ஆல்பர்ட் எழுந்து வந்தார்.

"குட் ஆப்டர்நூன் ஸார்."

"குட் ஆப்டர்நூன் மிஸ்டர் ஆல்பர்ட். சந்திரப்பிரியன் உள்ளே என்ன பண்றார்? அவரைப் பார்க்க யாராவது வந்தாங்களா?"

"ரெண்டு ப்ரொட்யூஸர்ஸ் வந்தாங்க, ஸார். மிஸ்டர் சந்திரப்பிரியனை இண்டர்காம்ல காண்டாக்ட் பண்ணிட்டு உள்ளே அனுப்பிச்சு வெச்சேன்."

"செக் பண்ணித்தானே உள்ளே அலவ் பண்றீங்க?"

"ஆமா ஸார்."

"சந்தேகப்படும்படியா யார் வந்தாலும் சரி, தனிமைப்படுத்தி விசாரணை வளையத்துக்கு கொண்டு போயிடுங்க."

ஆல்பர்ட் தலையாட்டினார்.

"நாளைக்கு காலையில் 10 மணிக்கு சந்திரப்பிரியன் ஊட்டிக்கு புறப்பட்டு போறார். அங்கே அவருடைய பாதுகாப்பு ஏற்பாடுகளை நான் கவனிச்சுக்கிறேன்." சொன்ன விவேக் கோகுல்நாத்தோடு உள்ளே போய் - சந்திரப்பிரியனை சந்தித்து பத்து நிமிடங்கள் வரை பேசிக் கொண்டிருந்து விட்டு புறப்பட்டான்.

ராத்திரியின் இருட்டு கரைந்து நேரம் மெல்ல மெல்ல விடியலை நோக்கி போய்க் கொண்டு இருந்தது. கான்ஸ்டபிள்கள் காம்பவுண்ட் சுவரோரமாய் டார்ச் லைட்களோடு ரோந்து வர

போர்ட்டிகோவின் வாசல் நாற்காலியில் உட்கார்ந்திருந்த ஆல்பர்ட் தன் மணிக்கட்டிலிருந்த கைக்கடிகாரத்தைப் பார்த்தார்.

மணி 3.45.

எந்த நேரத்திலும் ஒரு டாக்ஸி வரலாம்.

ஆல்பர்ட் திரும்பி – சந்திரப்பிரியனின் பங்களாவைப் பார்த்தார். மாடியில் ஓர் அறையில் மட்டும் வெளிச்சம் தெரிந்தது.

'பணம் கொழுத்த சினிமா நடிகனே! விடிவதற்குள் உன்னுடைய தலை என்னுடைய அப்பா சமாதியில்.'

ஆவேசமான யோசிப்பில் நேரம் கரைந்து –

மணி நான்கான போது –

காம்பவுண்ட் கேட் அருகே ஹெட்லைட் வெளிச்சம் தெரிந்தது. ஆல்பர்ட் அதை நோக்கி ஓடினார்.

டாக்ஸிதான்.

பின்சீட்டில் கன்னத் தழும்புக்காரன் அமர்க்களமான ஒரு மார்வாடியின் உடையில் இருந்தான். தலையில் தொப்பி பளீரென்று தெரிந்தது.

ஆல்பர்ட் வரவழைத்துக் கொண்ட கடுமையான குரலில் – 'யாரது?' என்று கேட்டார். கன்னத் தழும்புக்காரன் தலையை நீட்டி 'த்ரிசூல் பிக்சர்ஸ் உபேஷ் குப்தா, ப்ரொட்யூஸர்' என்றான்.

"இந்தி சினிமா ப்ரொட்யூஸர்...?"

"ஹா ஜீ..."

"இந்த நேரத்துக்கு உங்களை உள்ளே அனுமதிக்க முடியாது."

"வாட்ஸ் த ரீசன்?"

"காரணம் சொல்வதற்கில்லை. நீங்கள் போய்விட்டு நாளை காலை பத்து மணிக்கு மேல் வந்து பாருங்கள்."

“ஸாரி இன்ஸ்பெக்டர். ஐயாம் இன் ஹர்ரி டூ கேட்ச் த பாம்பே ப்ளைட். ஐ வாண்ட் டூ டாக் வித் மிஸ்டர் சந்திரப்பிரியன் ரிகார்டிங் மை நியூ பிலிம்.”

‘நான் சொல்லிக் கொடுத்த ஆங்கிலத்தை அட்சரம் பிசகாமல் பேசுகிறானே’ மனசுக்குள் சந்தோஷமானார் ஆல்பர்ட்.

“வெயிட் எ மினிட ஐ’ல் கான்டாக்ட் மிஸ்டர் சந்திரப்பிரியன்” சொல்லிவிட்டு – தனக்காக ஏற்பாடு செய்து கொடுத்திருந்த இன்டர்காமை நோக்கிப் போனார் ஆல்பர்ட். இன்டர்காமின் ரிஸீவரை எடுத்து பட்டனைத் தட்டினார்.

அது பங்களாவுக்கு சந்திரப்பிரியனின் அறையில் ‘பிங் - பிங்’ என்றது. முழுதாய் ஒரு நிமிஷம் கழித்து ரிஸீவர் எடுக்கப்பட்டது.

“ஹலோ” சந்திரப்பிரியனின் தூக்கக் குரல்.

“சார், நான் இன்ஸ்பெக்டர் ஆல்பர்ட்”

“என்ன விஷயம் இன்ஸ்பெக்டர்?”

“உங்களைப் பார்க்கறதுக்காக த்ரிசூல் பிக்சர்ஸ் உபேஷ்குப்தா வந்திருக்கார்.”

சந்திரப்பிரியன் ஆர்வமாய் “த்ரிசூல் பிக்சர்ஸ் உபேஷ்குப்தாவா?”

“ஆமா சார். ஆறு மணிக்கு அவருக்கு ஃப்ளைட்டாம். அதான் இந்நேரத்துக்கு வந்தாராம். ஏதோ நியூ பிலிம் அக்ரிமெண்ட்டாம்.”

“இப்போ நேரம் என்ன?”

“நாலு மணி சார்.”

“நான் வழக்கமா எந்திரிக்கிற நேரம்தான். அந்த ப்ரொட்யூஸரை மேலே அனுப்புங்க.”

“சார், நீங்க அவரை காலையில பாத்துக்கலாமே?”

“அவர்தான் ஃப்ளைட்டுக்கு போறேன்னு சொல்றாரே? நோ ஹார்ம். அவரை என்னோட ரூமுக்கு அனுப்புங்க.”

“எஸ்... சார்...!” சொல்லிக்கொண்டே ஒரு குரூரச் சிரிப்போடு ரிஸீவரை இன்டர்காமில் பொருத்தினார் இன்ஸ்பெக்டர் ஆல்பர்ட். டாக்ஸியை உள்ளே அனுப்பும்படி கான்ஸ்டபிள்களுக்கு சைகை காட்டினார். அவர்கள் கேட்டைத் திறக்க, டாக்ஸி உள்ளே சென்றது.

22

டாக்ஸி உள்ளே நுழைந்து போர்ட்டிகோவில் - எஞ்சின் சத்தத்தை நிறுத்திக் கொள்ள பின்பக்க கதவைத் திறந்துகொண்டு உபேஷ்குப்தா வேடத்தில் இருந்த கன்னத் தழும்புக்காரன் கீழே இறங்கினான். ஆல்பர்ட் யார்க்கும் தெரியாமல் கண்ணைக் காட்ட அவன் ஒரு புன்னகையைச் சிந்தவிட்டுக் கொண்டே மாடிப் படிகளில் ஏறினான். வேடம் துல்லியமாய் பொருந்தியிருந்தது.

சந்திரப்பிரியனின் அறைக்குள் நுழைந்தான்.

ஆல்பர்ட் மாடிப்படிகளுக்கு கீழே மூச்சை அடக்கிக் கொண்டு காத்திருந்தார். மேலே சில விநாடிகளுக்கு நிசப்தம்.

திடீரென்று அந்த அலறல் சத்தம் கேட்டது.

தொடர்ந்து ஒரு நாற்காலி கீழே – உருளும் சத்தம் தட்... தட்! என்று யாரோ வேகமாய் ஓடும் சத்தம்.

வாசலில் நின்றிருந்த செண்ட்ரிகளும் - ஆல்பர்ட்டும் பிஸ்டல்களை உருவிக் கொண்டு தடதடவென்று மாடிப் படிகளை நோக்கிப் பாய்ந்தார்கள்.

ஆல்பர்ட் நான்கே தாவில் மாடி வராந்தாவைத் தொட்டு சந்திரப்பரியனின் அறைக்குள் நுழைந்தார். ஆல்பர்ட்டைப் பார்த்ததும் சோஃபாவுக்குக் கீழே உருண்டு கொண்டிருந்த சந்திரப்பிரியன் எழுந்து கத்தினார்.

“இன்ஸ்பெக்டர்! வந்தவன் போலி ப்ரொட்யூசர் போல. பேசிட்டிருக்கும் போதே என்னைத் தாக்க முயற்சி பண்ணான்.

நான் தற்காப்புக்காக நாற்காலியை தூக்கி வீசினேன்... அப்பறம் ஒரு பாதுகாப்புக்காக சினிமால யூஸ் பண்ற டம்மி துப்பாக்கி வெச்சிருந்தேன். அதைப் பார்த்தவன் பயந்து ஓடிட்டான்...”

“எங்கே சார் அவன்?” ஒரு செண்ட்ரி கேட்க சந்திரப்பிரியன் ஜன்னல் பக்கமாய் கை காட்டினார்.

எல்லோரும் ஜன்னல் பக்கமாய் பாய்ந்தார்கள்.

ஆல்பர்ட்டின் இதயம் அதிக இரத்தத்தை இறைக்க ஆரம்பித்தது. முதுகும் வியர்த்தது.

’கடைசியில் கோட்டை விட்டு விட்டானே...?’

உடம்பில் ஏராள பதட்டம்.

ஜன்னலில் எட்டிப்பார்த்த செண்ட்ரி கத்தினார். “சார் அவன் காம்பௌண்ட் சுவத்தை தொத்தி ஏற முயற்சி பண்ணிட்டிருக்கான். கீழே போனா மடக்கிடலாம்.”

மறுபடியும் எல்லோரும் மாடிப்படிகளை நோக்கி பாய்ந்தார்கள். ஆல்பர்ட் எல்லோர்க்கும் முதல் ஆளாய் ஓடினார். ‘அந்த ராஸ்கல் யார் கையிலும் மாட்டாமல் இருக்க வேண்டுமே...!’

காம்பௌண்ட் சுவரில் ஏற முயற்சித்துக் கொண்டிருந்த கன்னத் தழும்புக்காரன் போலீஸ் கும்பலைப் பார்த்ததும் எதிர்த்திசையில் ஒரு பாய்ச்சல் நிகழ்த்தி ஓட ஆரம்பித்தான்.

“டேய்... ஓடாதே...!”

செண்ட்ரி ஒருவர் கத்த, அவன் அதைப் பொருட்படுத்தாமல் அந்த இருட்டில், லானில் இருந்த ரோஜாத் தொட்டிகளில் அடிவாங்கிக் கொண்டு ஓட ஆரம்பித்தான்.

கேட் அருகே நின்றிருந்த பங்களா வாட்ச்மேன் கேட்டை தடாலென்று சாத்த –

ஆல்பர்ட்டுக்கு புரிந்துவிட்டது. ‘அவனால் இனி தப்ப முடியாது...!’

‘சில விநாடிகளில் மாட்டிக் கொள்வான். போலீஸ் அள்ளிக் கொண்டு போய் – ரெட் செல்லில் வைத்து ட்ரீட்மெண்ட் கொடுத்தால் அவன் காட்டித் தர தயங்கமாட்டான்.’

ஆல்பர்ட் ஒரு முடிவுக்கு வந்து பிஸ்டலை உயர்த்தினார். கன்னத் தழும்புக்காரன் முதுகுக்குக் குறி வைத்து ட்ரிக்கரை சுண்டினார்.

“ட்ட்டுமீல்...”

முதுகில் குபுக்கென்று ஒரு ரத்தப் பொத்தலை வாங்கிக்கொண்டு காம்பவுண்ட் கேட் அருகே ஒரு மிருகம் மாதிரி சுருண்டான் கன்னத் தழும்புக்காரன்.

விவேக்கும் கோகுல்நாத்தும் சந்திரப்பிரியனின் வீடு வந்து சேர்ந்தபோது கிழக்கு திசை சற்று வெளிச்சம் பிடிக்க ஆரம்பித்திருந்தது. கன்னத் தழும்புக்காரன் அரைக்கண் சொருகி உடம்பில் இருந்த ரத்தத்தையெல்லாம் தரைக்கு அபிஷேகம் செய்து செத்துப் போயிருந்தான்.

இன்ஸ்பெக்டர் ஆல்பர்ட்டும், செண்ட்ரிகளும் காம்பவுண்ட் கேட் அருகே நின்றிருக்க போர்ட்டிகோவில் நாற்காலி போட்டு சந்திரப்பிரியன் உட்கார்ந்திருந்தான்.

விவேக் டாக்ஸி டிரைவரிடம் வந்தான்.

“உம் பேரென்ன...?”

“பெரியசாமி சார்...?”

“டாக்ஸில வந்த ஆளை உனக்கு முன்னாடியே தெரியுமா...?”

“தெரியாது சார்...”

“அவன் மார்வாடி வேஷம் போட்டு வந்திருக்கான். உனக்கு கொஞ்சம் கூட சந்தேகம் வரலையா...?”

“வேஷம் போட்ட மாதிரி தெரியலை சார். நான் நிஜமாலும் மார்வாடின்னு நினைச்சுட்டேன்.”

கோகுல்நாத் டாக்ஸி டிரைவரை லானின் பக்கமாய் நகர்த்திக் கொண்டு போக – விவேக் ஆல்பர்ட்டை நோக்கி நகர்ந்தான்.

“மிஸ்டர் ஆல்பர்ட்.”

“சார்.”

“ஒரு நிமிஷம் இப்படி வர்றீங்களா...?” ஆல்பர்ட் கர்ச்சீப்பால் முக வியர்வையை ஒற்றிக்கொண்டே விவேக்கிற்கு இணையாக நடந்தார்.

“ஆல்பர்ட்! நீங்க பிஸ்டலை உபயோகப்படுத்தாம அவனைப் பிடிச்சிருக்க முடியாதா?”

“பிடிச்சிருக்க முடியும்ன்னு எனக்குத் தோணலை சார்.”

“ஓ.கே...! ஒரு இன்ஸ்பெக்டருக்கு சுடற அதிகாரம் எது வரைக்கும் கொடுக்கப்பட்டிருக்குன்னு உங்களுக்குத் தெரியுமா?”

“தெரியும் சார்.”

“எது வரைக்கும்?”

“முழங்காலுக்கு கீழதான் சுடணும்.”

“ஆனா நீங்க அவனோட முதுகுக்கு தோட்டாவைக் குடுத்திருக்கீங்க.”

“அது எதிர்பார்க்காம நடந்த ஒண்ணு சார்.”

“எப்படி...?”

“அவன் ஓடும்போது அவனோட முழங்காலுக்குத் தான் குறி வெச்சேன். அந்த நேரத்துல அவன் ரோஜாத் தொட்டி தடுக்கி விழறப்ப முதுகுல தோட்டா பாய்ச்சுடுச்சு.”

“செத்தவனைப் பத்தி சந்திரப்பிரியன் என்ன சொன்னார்?”

“அவனை இதுக்கு முன்னாடி பார்த்ததில்லைன்னு சொன்னார்...”

“மார்வாடி வேஷத்துல வந்தவனைப் பார்த்து உங்களுக்கு சந்தேகம் ஏதும் வரலையா, ஆல்பர்ட்?”

"எனக்கு சந்தேகம் வந்தது சார்."

"பின்னே ஏன் அவனை உள்ளே விட்டீங்க?"

"சந்திரப்பிரியன்தான் அவனை மேலே அனுப்ப சொன்னாரு சார். அவர் சொல்லும்போது நான் மாட்டேன்னு மறுக்க முடியுமா சார்?"

"எல்லாத்துக்கும் ஒரு பதில் வெச்சிருக்கீங்க. ம்ம்ம்... செத்துப் போனவனோட முகத்துல ஒரு ரவுடி களை தெரியுது. இவன் அநேகமா கேடி லிஸ்ட்டுல இருக்கலாம். பாருங்க!"

"எஸ் சார்..."

"நீங்க அவனை உயிரோட மடக்கியிருந்தா... நடந்து போன கொலைகளுக்கான பின்னணியைப் பத்தி ஈசியாக் கேட்டுத் தெரிஞ்சிக்கலாம்."

"சாரி சார்...! நான் முழங்காலுக்குத் தான் எய்ம் பண்ணினேன். ஆனா எய்ம் தவறி..."

"இட்ஸ் ஓகே...! பாடியை செக் பண்ணி பார்த்தீங்களா?"

"பார்த்தேன் சார். ஒரு கர்ச்சீப், ரெண்டு நூறு ரூபா நோட்டு - பல்லவன் பஸ் டிக்கெட்"

"நமக்கு உபயோகம் ஆகற மாதிரி எதுவும் கிடைக்கலையா?"

"இல்லை சார்..."

"வாங்க பாடியை இன்னொரு தரம் பார்த்துடுவோம்." காம்பௌண்ட் கேட் அருகே கிடந்த கன்னத் தழும்புக்காரனை நோக்கி விவேக் நடக்க யூனிஃபார்முக்குள் இருந்த ஆல்பர்ட்டின் இதயம் லேசாய் உதறிக் கொள்ள ஆரம்பித்தது.

இரவு எட்டு மணி.

அன்றையதின மாலை தினசரிகள் கன்னத்தழும்புக்காரனின் போட்டோவை கேபினட் சைஸில் பிரசுரித்து **'தலைகளை வெட்டும் கொலைகாரன் சுட்டுக் கொல்லப்பட்டான்.**

மயிரிழையில் நடிகர் சந்திரப்பிரியன் தப்பினார். இன்ஸ்பெக்டர் ஆல்பர்ட்டின் துணிகரம்.' என்கிற ரீதியில் முதல் பக்கத்தின் எட்டு பத்திகளையும் நிரப்பியிருந்தன. போனஸ் செய்திகளாக – இரண்டாம் பக்கம் நடிகர் சந்திரப்பிரியன் பேட்டி.

போலீஸ் கமிஷனர் முகத்தில் நீண்ட நாட்களுக்குப் பிறகு புன்னகை வந்து உட்கார்ந்திருந்தது. போலீஸ் அதிகாரிகளுக்கு மத்தியில் ஆல்பர்ட்டை பாராட்டிப் பேசி கை குலுக்கினார்.

“கொலையாளியை உயிரோடு பிடித்திருந்தால் கொலைக்கான காரணகாரியங்களை தெரிந்திருக்கலாம்... இருந்தாலும் போலீஸ் டிபார்ட்மெண்டுக்கு பெரும் தலைவலியை உண்டாக்கி மக்கள் மத்தியில் பீதியை கிளப்பிக் கொண்டிருந்த ஒரு கொலைகாரனின் மரணத்தில் நாம் மகிழ்ச்சி கொள்கிறோம். இந்த வழக்கை வழி நடத்துவதற்காகவும் கொலையாளியைக் கண்டுபிடிப்பதற்காகவும் வரவழைக்கப்பட்ட க்ரைம் பிராஞ்ச் ஆபீஸர் விவேக் – இன்ஸ்பெக்டர் கோகுல்நாத், பெரும் முயற்சிகளை எடுத்துக் கொள்வதற்கு முன்பே இந்த வழக்கு ஒரு முடிவுக்கு வந்தது இன்னொரு வகையில் மகிழ்ச்சியைத் தருகிறது.”

அனைவரும் கமிஷனரின் பேச்சைக் கேட்டுக்கொண்டு உன்னிப்பாய் அமர்ந்திருக்க ஆல்பர்ட்டின் அடிமனதில் மட்டும் ஒரு தீ ஜுவாலை கனன்று கொண்டேயிருந்தது.

‘இன்னும் இரண்டு தலைகளை அப்பாவின் சமாதியில் புதைத்தே ஆகவேண்டும். சூட்டோடு சூட்டாக இதை செய்ய வேண்டும். சந்திரப்பிரியனின் லிஸ்ட்டில் ஐந்தாவதாக வைத்துக் கொண்டு அந்த பத்மாவதியை தீர்த்துக் கட்டினால் என்ன? போலீஸ் டிபார்ட்மெண்ட் மொத்தமும் வெற்றி மமதையில் திளைத்திருக்கும் நேரம் இது. இன்று இரவே அவளை முடித்தால் என்ன?’

படபடவென்று கைகளைத் தட்டும் ஓசை கேட்டு, சுய நினைவுக்கு வந்தார் ஆல்பர்ட். எல்லோரும் எழுந்து நின்று கைகளைத் தட்டிக் கொண்டிருந்தார்கள்.

அதே வினாடி –

மேஜையின் மேலிருந்த இண்டர்காம் அலறி எல்லோருடைய கைத்தட்டலையும் நிறுத்தியது. கமிஷனர் ரிஸீவரை எடுத்தார்.

"ஹலோ..."

"..."

மறுமுனையில் யாரோ எதுவோ பேசிக்கொண்டே போக கமிஷனரின் முகம் கொஞ்ச கொஞ்சமாய் பிரகாசம் இழந்து கொண்டே போயிற்று. நிமிஷநேரம் ரிஸீவரை செவிமடுத்தவர் தளர்வாய் எதிரே நின்றிருந்த விவேக்கை ஏறிட்டார்.

"மிஸ்டர் விவேக்..."

"சார்..."

"கொலைகாரனோட லிஸ்ட்ல அஞ்சாவதா இருந்த பத்மாவதியை யாரோ குத்திக் கொன்னிருக்காங்களாம். சம்பவம் எலியட்ஸ் பீச்ல தனியா இருக்கிற அந்த அம்மாவோட பங்களால நடந்திருக்கு. அந்த பீட் இன்ஸ்பெக்டர் ராமகிருஷ்ணன் ஸ்பாட்ல இருக்காராம்."

"எப்படி சார் இது? நாமதான் கொலையாளியை முடிச்சுட்டோமோ?"

"ஒண்ணும் புரியலை...! ம்... வாங்க ஸ்பாட்டுக்கு போகலாம்."

போனார்கள்.

எலியட்ஸ் பீச்சின் ராத்திரி நேர அலைகள் ஆவேசமாய் கரையை மொத்திக் கொண்டிருக்க, போலீஸ் ஜீப்பின் சக்கரங்கள் மணலில் புதைந்து மவுனமானது.

இன்ஸ்பெக்டர் ராமகிருஷ்ணன் வாசலில் நின்று கமிஷனரையும் விவேக்கையும் தளர்ந்துபோன சல்யூட்டால்

வரவேற்று உள்ளே கூட்டிக்கொண்டு போனார். ஆல்பர்ட் ஆச்சரியமான முகத்தோடும் – அவினாஷ், நவநீதகிருஷ்ணன் குழப்பமான முகங்களோடும் பின்தொடர்ந்தார்க்ள்.

நான்கைந்து பளீரென்ற டியூப்லைட் வெளிச்ச அறைகளை தாண்டி கடலைப் பார்த்த மாதிரி தெரிந்த ஒரு அறைக்குள் நுழைந்தார்கள். நுழைய நுழைய –

கட்டிலில் பத்மாவதி தெரிந்தாள்.

ஒருக்களித்து படுத்திருந்தவளின் முதுகில் அந்த கத்தி ஆழமாய் சொருகப்பட்டிருந்தது. ரத்தம் உற்சாகமாய் பீச்சியடித்து சுவர்களில் மாடர்ன் ஆர்ட் போட்டிருந்தது. தலையணை படுக்கை விரிப்பு எல்லாமே ரத்தம். மேஜையின் மேல் டைம்பீஸ் உருண்டிருந்தது.

போலீஸ் போட்டோகிராபரும் – ஃபாரன்ஸிக் ஆட்களும் அறை முழுவதும் இயங்கிக் கொண்டிருந்தார்கள். விவேக், இன்ஸ்பெக்டர் ராமகிருஷ்ணனை ஏறிட்டான்.

“சம்பவம் எத்தனை மணிக்கு நடந்தது?”

“அரைமணி நேரத்துக்கு முந்தி... சார்...”

“உங்களுக்கு யார் போன் பண்ணி சொன்னது?”

“பங்களா கார் டிரைவர்”

“அந்த டிரைவரை கொஞ்சம் கூப்பிடுங்க...” விவேக் சொன்னதும் ஒரு கான்ஸ்டபிள் நகர்ந்தார்.

ஆல்பர்ட் இறந்து கிடந்த பத்மாவதியின் முகத்தையே பார்த்துக் கொண்டிருந்தார்.

‘இந்த திருப்பணியைச் செய்தது யார்?’

23

பத்மாவதியின் உடல் போஸ்ட்மார்ட்டத்துக்காக மார்ச்சுவரி வேனில் சலனமில்லாமல் ஏறிக் கொண்டிருக்க, போலீஸ் கமிஷனர் சுற்றிலும் நின்றிருந்த விவேக், கோகுல்நாத், நவநீதகிருஷ்ணன், ஆல்பர்ட் ஆகியோரிடம் எகிறிக் கொண்டிருந்தார்.

"ஒட்டுமொத்தமா டிபார்ட்மெண்டோட காக்கி யூனிஃபார்மை கழட்டி வெச்சிட்டு போயிடலாமா? சை! என்ன ஒரு மானக்கேடான விஷயம். கொலையாளியோட லிஸ்ட்ல ஒரு சின்ன சேஞ்ச். அவ்வளவுதான். ஆக்டர் சந்திரப்பிரியனை தீர்த்துக் கட்டற மாதிரி காய்களை மூவ் பண்ணிகிட்டே – லிஸ்ட்ல அஞ்சாவதா இருந்த பத்மாவதியை சுலபமா தீர்த்துக் கட்டியிருக்கான்."

"சார்...!" விவேக் ஏதோ சொல்ல முயல கமிஷனர் கையமர்த்தினார். "ஸாரி மிஸ்டர் விவேக். ஒரு வாரத்துல மர்டரரை பிடிக்கிறதா சொன்னீங்க. ஆனா கோவிந்தமேனனையும் பத்மாவதியையும் போஸ்ட் மார்ட்டத்துக்கு அனுப்பிட்டோம். கொலையாளியோட புத்திசாலித்தனத்தை ஒரு தடவை டாலரேட் பண்ணிக்கலாம். இன்னொரு தடவை நாம அவனைக் காட்டிலும் புத்திசாலியா மாறணும். இல்லேன்னா இந்த வேலை நமக்கு லாயக்கில்லை..."

விவேக் மறுபடியும் குறுக்கிட்டான்.

"சார், என்னைக் கொஞ்சம் பேச அனுமதிக்கிறீங்களா?"

கமிஷனர் எங்கோ பார்த்துக் கொண்டு "ம்... ம்..." என்றார். விவேக் மெல்லிய குரலில் பேசினான். "சார், கொலையாளி புத்திசாலிதான். நான் ஒத்துக்கறேன். கொலைகளைத் தடுக்கறதுக்காக நம்ம டிபார்ட்மெண்ட் எவ்வளவோ முயற்சிகளை எடுத்திருக்கு. சிரமப்பட்டு பாதுகாப்பு ஏற்பாடுகளை பண்ணியிருக்கோம். அதையும் மீறி..."

கமிஷனர் இடைமறித்து தொடர்ந்தார். "...கொலைகள் நடந்திருக்கு. நீங்க சொல்றது எப்படியிருக்குன்னா விவேக், ஆபரேஷன் வெற்றி ஆனா பேஷண்ட் இறந்துட்டார்ன்னு சொல்றமாதிரி இருக்கு! கொலைகாரனோட லிஸ்ட்படி அவன் நாலு பேரை தீர்த்துக் கட்டிட்டான். மீதி இருக்கிற ஆக்டர் சந்திரப்ரியனையும் அவன்கிட்ட குடுத்திட்டா... அவனுடைய குறிக்கோள் நிறைவேற உதவி பண்ணின மாதிரி இருக்குமே. வாட் டூ யு ஸே... மிஸ்டர் விவேக்!"

விவேக் அவஸ்தையாய் கன்னத்தைத் தேய்த்துக் கொண்டு சுற்றிலும் நின்றிருந்த இன்ஸ்பெக்டர்களைப் பார்த்தான். கமிஷனர் தொடர்ந்தார். "நாளைக்குக் காலையில் எல்லா பேப்பர்ஸ்லேயும் போலீஸ் டிபார்ட்மெண்ட்டோட மானத்தை வாங்கற மாதிரி கொட்டை எழுத்துல நியூஸ் போட்டுடுவான். காப்பி டம்ளரை கையில் வெச்சிகிட்டே அந்த நியூஸைப் படிங்க போங்க. கெட் லாஸ்ட் ஃப்ரம் ஹியர் எவ்ரிபடி."

கமிஷனர் அரைமணி நேரம் கர்ஜித்துவிட்டு – கோபமாய் காரில் ஏறிப்போனதும் - விவேக் இன்ஸ்பெக்டர்களிடம் சிவந்த முகமாய் திரும்பினான்.

"பத்மாவதியோட மர்டர் நடந்த சமயம் பங்களால யார் யார் இருந்தாங்கன்னு விசாரிச்சீங்களா?"

நவநீதகிருஷ்ணன் சொன்னார். "டிரைவர் மட்டுந்தான் இருந்துருக்கார் ஸார்... வேற யாரும் இல்லை."

"அந்த டிரைவரைக் கொஞ்சம் கூப்பிடுங்க, ஆல்பர்ட்..."

ஆல்பர்ட் போய் டிரைவரைக் அழைத்துக்கொண்டு வந்தார். உயரமாய் - ஒடிசலாய் – மாறுகண்ணோடு இருந்த அந்த டிரைவரை ஏறிட்டான் விவேக் –

“உம் பேரென்ன?” எரிச்சலாய் கேட்டான்.

“கிருஷ்ணன் ஸார்.”

“எத்தனை வருஷமா இங்கே வேலை பார்க்கறே?”

“ஏழு வருஷமா...!”

“ஏழு வருஷமா இங்கே வேலை பார்க்கற... உங்க பத்மாவதி அம்மாவுக்கு யாராவது விரோதி இருக்காங்களா... இல்லையான்னு உனக்கு ஏதாவது தெரியுமா?”

“எனக்குத் தெரியாது சார்.”

“சம்பவம் நடந்தப்ப நீ எங்கே இருந்தே...?”

“போர்ட்டிகோல நின்னு காரை துடைச்சிக்கிட்டிருந்தேன்.”

“அந்த அம்மாவோட அலறல் சத்தம் ஏதாச்சும் கேட்டதா?”

“கேக்கலீங்க...”

“கொலையான சம்பவம் உனக்கு எப்ப தெரியும்?”

“எட்டுமணிக்கு மேலே அம்மா கார்லே எங்கேயோ போகணும்னு சொன்னாங்க. அந்த விபரத்தை கேக்கிறதுக்காக பங்காளவுக்குள்ளே போயி அம்மாவோட ரூமுக்குப் போனேன். அம்மா சொருகின கத்தியோட செத்துக் கிடந்தாங்க...”

“நீ போர்ட்டிகோல இருக்கிற வரைக்கும் பங்களாவுக்குள்ளே யாரும் போகலை...?”

“போகலை... சார்.”

“பங்களாவுக்கு பின்பக்கமா ஏறி குதிச்சு போக வழி இருக்கா...?”

“காம்பௌண்ட் சுவத்தை சுத்தியும் முள்வேலி போட்டிருக்கு ஸார். அவ்வளவு சுலபமா யாரும் பின்பக்கமா ஏறி உள்ளே வந்துட முடியாது...”

"கொலையாளி பின்பக்கமாத்தானே வந்திருக்கணும்?"

விவேக் அந்த டிரைவரை விசாரித்துக் கொண்டிருக்கும் போதே ஆல்பர்ட்டின் மனசுக்குள் வியப்பு அமோகமாய் கும்மிக் கொண்டிருந்தது.

'இந்த பத்மாவதியை யார் கொன்றிருப்பார்கள்?'

'பத்மாவதிக்கும் வேறு யாராவது ஒருத்தர்க்கும் பகைமை உணர்ச்சி இருந்து இந்த கொலை நடந்திருக்குமா?'

"மிஸ்டர் ஆல்பர்ட்"

விவேக் கூப்பிட்டான்.

"எஸ் ஸார்!" யோசிப்பிலிருந்து கலைந்து அருகில் வந்தார்.

"உங்க பீட்லே போலீஸ் ரோந்தை அதிகப்படுத்துங்க. நீங்களும் ரெண்டு மணி நேரத்துக்கு ஒரு தடவை ஜீப்புல ரோந்து வாங்க. மிஸ்டர் நவநீதகிருஷ்ணன்! நீங்களும் அதே மாதிரி உங்க பீட்ல பண்ணுங்க."

"எஸ் ஸார்."

விவேக் கோகுல்நாத்தின் பக்கமாய் திரும்பி, "கோகுல்நாத்! நீங்களும் நானும் சந்திரப்பிரியனோட பங்களாவுக்கு போறோம். அவரையும் அந்தக் கொலைகாரனுக்கு காவு கொடுத்துட்டா நாம யாருமே கமிஷனரோட முகத்துல முழிக்க முடியாது."

எல்லோரும் வாசலை நோக்கிப் போனார்க்ள. ஆல்பர்ட்டின் முகம் தவிர எல்லோருடைய முகங்களிலும் பதட்டம் ததும்பிக் கொண்டிருந்தது.

ஆல்பர்ட் ஸ்டேஷனில் இருந்து வீட்டுக்குத் திரும்பும் போது இரவு பத்து மணி. மனதுக்குள் ஆச்சர்யம் இன்னமும் தத்தளித்தது.

'பத்மாவதியை தீர்த்துக் கட்டியது யார்?'

'யாராகவோ இருந்துவிட்டு போகட்டும். என்னுடைய லிஸ்ட்டில் பத்மாவதியின் பெயர்க்கு கீழே ஒரு சிவப்புக்

கோட்டை இழுத்து விடலாம். அவளைக் கொன்றுவிட்டு போனவன் எனக்கு ஒரு சிறிய வேலையையும் கொடுத்து விட்டு போயிருக்கிறான்.'

'அந்த பத்மாவதியின் தலை எனக்கு வேண்டும். அதை என்னுடைய அப்பாவின் சமாதியில் புதைக்கப்பட வேண்டும்.'

'ஆனால் மார்ச்சுவரியில் இருக்கும் பத்மாவதியின் தலையை வெட்டி எடுத்துக்கொண்டு வருவது அவ்வளவு பெரிய விஷயமில்லை.'

'குமாராக மாறி ஆஸ்பத்திரிக்குள் நுழைந்துவிட வேண்டியதுதான்.'

ஆல்பர்ட் யூனிஃபார்மை கழற்றி கொடிகள் மேல் வீசிவிட்டு கருப்பு பேண்ட்டுக்கும் ஜெர்கின் கோட்டுக்கும் மாறினார். தலையில் அடர்த்தியான விக் ஏறிக்கொண்டது. ரப்பர் புருவங்கள் வித்தியாசமாய் ஒட்டிக் கொண்டது. உதட்டின் மேல்பரப்பில் லாட மீசை உட்கார்ந்து கொண்டது.

பீரோவை திறந்து ரெக்ஸின் பேக்கையும் – நீளமான அந்த கத்தியையும் எடுத்துக் கொண்ட ஆல்பர்ட் என்ற குமார் வீட்டைப் பூட்டிக்கொண்டு வராந்தாவில் நின்றிருந்த பைக்கை கீழே இறக்கினான். வீதிக்கு உருட்டிக் கொண்டு வந்து – அதன் மேல் தாவி ஏறி ஆரோகணித்து கிக்கரை உதைத்தான்.

அது புகைப் பிடித்து உறும –

ஆக்ஸிலேட்டரை முறுக்கினான்.

அதே விநாடிகளில் –

போலீஸ் கமிஷனரின் அறையில் அவருக்கு எதிரே உட்கார்ந்திருந்த பத்மாவதி பதட்டமாய் நகம் கடித்துக் கொண்டிருந்தாள். முகத்தில் வியர்வை. உடம்பில் பதட்டம்.

"கமிஷனர் சார், எனக்கு ஓரே டென்ஷனா இருக்கு. மிஸ்டர் விவேக் போட்டிருக்கிற இந்த திட்டம்... நாம எதிர்ப்பார்க்கிற பலனைத் தருமா? கொலையாளி சிக்குவானா?"

குமார் ஒரு நிமிஷம் ஜாக்கிரதை காத்துவிட்டு – மார்ச்சுவரி இருந்த அறையை நோக்கி ரெக்ஸின் பையோடு விறுவிறுவென நடந்தான். மனதுக்குள் யோசனை குறுகுறுவென்று ஓடியது.

'மார்ச்சுவரி ரூம் இந்நேரத்துக்கு திறந்திருக்குமா?'

'பூட்டியிருந்தால் அந்த காவல் காக்கும் ஆளைத் தேடிப்பிடித்து கையில் பணத்தை அழுத்தி மார்ச்சுவரி அறைக்கு அழைத்து வர வேண்டும்.'

'அவன் பணத்திற்கு மசியாத பட்சத்தில்... அவனையும் பரலோகத்துக்கு அனுப்ப வேண்டியது தான்.' யோசித்துக் கொண்டே வந்ததில் மார்ச்சுவரி அறை வந்திருந்தது. குமாரின் முகத்தில் குபீரென்று ஓர் ஆச்சர்யம் பரவியது.

மார்ச்சுவரியின் அறைக் கதவு திறந்திருந்தது.

வாசலில் –

காக்கி அரை டிராயர், தொள தொள அரைக்கை சர்ட், தலையில் முண்டாசாய் கட்டிய சிவப்பு துண்டு. வாயில் புகையும் பீடி – இத்யாதி கோலங்களோடு அந்த ஆஸ்பத்திரி காவலாளி நின்றிருந்தான்.

குமாரைப் பார்த்ததும் – அவன் நெருங்கி வந்தான்.

"யார் சார்...! உங்களுக்கு என்ன வேணும்...?"

"சாயந்திரம் ஒரு ஆக்ஸிடெண்ட் கேஸ் வந்ததா?"

"ஆணா... பொண்ணா...?"

"ஆண்..."

"வயசு...?"

"முப்பது...!"

"வரலையே..." என்று சொன்னவன் முகத்தை அந்த மெல்லிய இருட்டில் – கட்டி இருந்த முண்டாசில் சட்டென அடையாளம் கண்டு கொண்டான் குமார்.

விவேக்!

மார்ச்சுவரி காவலாளி உடையில் மறைந்திருக்கும் விவேக் தெரிந்தான்.

வெகுவாக அதிர்ந்த குமார் பின்வாங்கினான்.

"சரி நான் வர்றேன்..."

"என்ன சார் வந்தீங்க. ஆக்ஸிடெண்ட்னு சொன்னீங்க. செத்த ஆளோட வயசு முப்பதுன்னு சொன்னீங்க. மேற்கொண்டு விவரம் சொல்லாமே போறீங்க? ஆக்ஸிடெண்ட் எங்க சார் ஆச்சு? விவரம் சொல்லிட்டு போங்க..."

குமார் அவசர அவசரமாய் "நான் அப்பறமா வர்றேன். என்னோட ஃப்ரெண்டுக்குத்தான் முழு விபரம் தெரியும்.. கேட்டுட்டு வரேன்." சொல்லிக்கொண்டே பைக்கை நோக்கி ஓட்டமும் நடையுமாய் போக விவேக்கின் குரல் தடுத்து நிறுத்தியது.

"மிஸ்டர்...! கொஞ்சம் திரும்பிப் பார்க்கிறீங்களா?"

குமார் திரும்பிப் பார்க்க –

விவேக் கைகளில் கருப்பு உடம்போடு பிஸ்டல் மின்னியது அவனையே பார்த்தது.

ஒரே ஒரு விநாடிதான்...!

கையிலிருந்த ரெக்ஸின் பையை மூர்க்கமாய் விவேக்கை நோக்கி எறிந்தான் குமார். எறியப்பட்ட பை ஆவேசமாய் பாய்ந்து பிஸ்டலை காணாமல் போக்க –

குமார், பைக்கை நோக்கி பிசாசு வேகத்தில் பாய்ந்தான். தப் தப் தப்பென்று இருட்டில் மூச்சிரைத்துக் கொண்டு ஓடினான்.

பின்னால் விவேக் காற்றை சீய்த்துக்கொண்டு இருட்டில் ஓடும் குமாரை குறி வைத்துக் கொண்டு இருபதடி தொலைவில் துரத்தினான்.

“சத்... சத்...!”

குமார் ஓடிவந்து பைக்கில் தாவி ஏறி கிக்கரை உதைத்தான். அது புகை கக்கி உயிர்பிடித்து குபீரென்று வெளிகேட்டை நோக்கிப் பாய்ந்தது.

விவேக் பில்லியனில் தாவ முயன்று தோற்றுப் போக ஆவேசமாய் பின்னால் ஓடி குமாரின் தலைமுடியைப் பற்றி இழுக்க முயல, விக் தனியாய் கழன்று விவேக்கின் கைக்கு வர, ஆல்பர்ட் கொஞ்சமாய் அடையாளம் தெரிந்தார்.

விவேக் அதிர்ச்சியில் இருந்து மீள்வதற்குள் -

பைக் வேகமாய் வெளிகேட்டில் பிரவேசித்து ரோட்டுக்கு வர – அதே விநாடி ஏராளமான இரும்புத் தகடுகளை ஏற்றிக்கொண்டு அந்த லாரியின் பின்புறம் சட்டென்று எதிர்பட்டது.

லாரி பூராவும் பளபளப்பான டின் தகடுகள், பிளேடின் கூர்மையான கூம்புகளோடு. பைக்கின் பிரேக்கை அழுத்துவதற்குள் குமார் லாரியின் பின்புறம் நீட்டிக் கொண்டிருந்த தகடுகள் மேல் போய் விழுந்தான்.

குமார் கம் ஆல்பர்ட்டின் தலையை அந்த இரும்புத் தகடு சீவியது.

கூடைப்பந்து வலையை நோக்கி எறியப்படும் பந்தைப் போல ஆல்பர்ட்டின் தலை வானத்தில் பறந்து எதிர்ப்புற ரோட்டோரத்தில் ரத்தத்தை சிதறிக்கொண்டே விழுந்தது.

கீழே விழுந்த பைக்கில் ஆல்பர்ட்டின் தலையில்லாத உடம்பு ரத்தத்தை தாறுமாறாய் பீய்ச்சிக் கொண்டு துடிக்க – விவேக் பதட்டமாய் நெருங்கினான்.

பக்கத்து டீக்கடைக்காரர் – ரயிலைப் பிடிக்க சென்டரலுக்கு போகிறவர்கள், இரண்டு ஆட்டோ ரிக்ஷா டிரைவர்கள், பிளாட்பாரத்தில் தூங்கிக் கொண்டிருந்த இரண்டு பிச்சைக்காரர்கள், ஸ்கூட்டரில் போன ஒரு இளைஞன், மாருதி காரில் போன ஒரு பெரியவர் – அனைவரும்

ஸ்தம்பித்துப் போய் துடிக்கிற தலையையும் உடம்பையும் பார்த்துக் கொண்டிருந்தார்கள்.

●●●

www.ingramcontent.com/pod-product-compliance
Lightning Source LLC
LaVergne TN
LVHW090402210926
848480LV00002B/425
9798902077589